இந்த இனிய,
என்றும் பயன் தரும்
நூலை பரிசாக
வழங்குவதில்
பெருமகிழ்வு கொள்ளும்
தங்கள்
அன்புள்ள....

புத்தகங்களுக்கு
தரும் தொகை
செலவு அல்ல: மூலதனம்...!
நர்மதாவின் தரமான பதிப்பில்,
மலிவான விலையில்...!

சங்க இலக்கியம் வழங்கும்

பதினெண் கீழ்க்கணக்கு நூல்கள்

அறிமுக சுருக்கத் தொகுப்பு

வித்துவான்

டாக்டர் எம்.நாராயணவேலுப்பிள்ளை

'உரைநடைத் தமிழில் ஐம்பெரும் காப்பியங்கள்' நூலாசிரியர்

நர்மதா

நர்மதா பதிப்பகம்

நல்ல நூல் வெளியீட்டாளர்கள்

10, நானா தெரு, (தி.நகர் தலைமை

அஞ்சலகத்தை ஒட்டிய தெரு), பாண்டிபஜார்,

தியாகராய நகர், சென்னை - 600 017. ☎ 24334397

செல்லிடபேசிகள்: 98402 26661, 98409 32566, 99400 45044

வாசகர்களுக்கு

நல்ல நூல்களுக்காகத் தரப்படும் தொகை செலவல்ல, மூலதனம்! நமது சிறப்பான எதிர்கால வாழ்வுக்காகத் தரப்படும் Investment! ஐம்பது ரூபாய் புத்தகத்தில் ஆயுட்கால வாழ்க்கைக்கான யோசனைகள் நிறைந்திருக்கும்.

☐ பொழுதுபோக்கு, கேளிக்கைகளுக்காகச் செலவிடப்படும் தொகையில் சிறு பகுதியையாவது பயன் தரும் புத்தகங் களுக்காகச் செலவிடுங்கள். மிகுந்த நன்மை பெறுவீர்கள்!

☐ எங்களது இலவச விலைப்பட்டியலைப் பெற 50 காசு அஞ்சலட்டை மட்டும் எழுதுங்கள். உடன் எங்கள் செலவிலேயே அனுப்பி வைக்கிறோம்.

☐ தமிழகத்தின் எல்லா பிரபல புத்தகக் கடைகளிலும் நர்மதா நூல்கள் கிடைக்கின்றன. அவர்களிடமிருந்து (தபால் செலவின்றி) பெறலாம். தபாலில் அனுப்புவதற்கான கட்டணம் அதிகமாக உள்ள நிலையில் தங்கள் ஊர்ப் புத்தகக் கடையிலேயே பெறலாம். அவர்களையும் நல்ல நூல்கள் விற்க ஊக்குவிக்கலாம்!

எங்களது இமெயில் முகவரி: sales@narmadhapathipagam.com
எங்களது இணைய தளம் : www.narmadhapathipagam.com

Pages:112
Price: Rs.80.00

❑ Pathinen Keezh Kanakku Noolgal -The Eighteen Books Of Sangam Classic Literature - An Introduction in Tamil by Dr.M.Narayana Velu Pillai ❑This Edition : Dec 2023 ❑ Published by R.Janarthanam, Narmadha Pathipagam, Chennai - 17 ❑ D.T.P. Execution at : M/s.Muthu Graphics, Ch - 33 ❑ Printed at: M/s.Sekar Offset, Chennai -05 ❑

உள்ளுறை

எண்	பெயர்	ஆசிரியர்	பாடல்	பக்
	சங்கம் மருவிய காலம்			5
	பதினெண் கீழ்க்கணக்கு நூல்கள்			6
1.	திருக்குறள்	திருவள்ளுவர்	1330	8
2.	நாலடியார்	சமண முனிவர்கள்	400	18
3.	நான்மணிக்கடிகை	விளம்பி நாகனார்	106	22
4.	இனியவை நாற்பது	பூதஞ்சேந்தனார்	40	29
5.	இன்னா நாற்பது	கபிலர்	40	34
6.	கார் நாற்பது	மதுரை கண்ணங்கூத்தனார்	40	39
7.	களவழி நாற்பது	பொய்கையார்	41	44
8.	திணைமொழி ஐம்பது	கண்ணன் சேந்தனார்	50	48
9.	திணை மாலை நூற்றைம்பது	கணி மேதாவியார்	154	54
10.	ஐந்திணை ஐம்பது	மாறன் பொறையனார்	50	61
11.	ஐந்திணை எழுபது	மூவாதியார்	68	67
12.	திரிகடுகம்	நல்லாதனார்	100	73
13.	ஆசாரக் கோவை	பெருவாயில் முள்ளியார்	100	78
14.	பழமொழி நானூறு	முன்றுரை அரையனார்	400	83
15.	சிறு பஞ்ச மூலம்	காரியாசான்	98	89
16.	முதுமொழிக் காஞ்சி	மதுரைக் கூடலூர்க்கிழார்	100	94
17.	ஏலாதி	கணி மேதாவியார்	80	97
18A.	இன்னிலை	பொய்கையார்	45	104
18B.	கைந்நிலை	புல்லங்காடனார்	22	109
	📖 மொத்த பாடல்கள்		3264	

முன்னுரை

சங்க இலக்கியங்களுள் நான்கு அடிகளுக்குக் கீழ் உள்ள பாடல்களைக் 'கீழ்க் கணக்கு' எனப் பிரித்தனர். அப்பதினெண் வகை நூல்களும் அகம், புறம் என இருவகைப் பொருளைக் கொண்டு மக்களுக்கு உறுதி பயக்கும் அறம், பொருள், இன்பம், வீடு என நான்கையும் நன்கெடுத்து சொல்வனவாம்.

பதினெண் கீழ்க்கணக்கு நூல்களைக் குறிக்கும் வெண்பா ஒன்று உள்ளது:

"நாலடி நான்மணி நானாற்பது ஐந்திணைமுப்
பால்கடுகங் கோவை பழமொழி - மாமூலம்
இன்னிலை காஞ்சியுடன் ஏலாதி என்பவே
கைந்நிலையோடு ஆங்கீழ்க் கடைக்கு"

இந்த வெண்பாவின் பின் இரண்டு அடிகளில் பாட பேதம் இருப்பதால் 18-அ இன்னிலை என்றும், 18-ஆ கைந்நிலை என்றும் கொள்ளப்பட்டது.

இவைகளில் சுமார் 3264 செய்யுட்கள் அடங்கியுள்ளன. ஒவ்வொரு நூலையும் பற்றி ஒரு சிறுகுறிப்பும், ஒவ்வொரு நூலில் இருந்தும் 10 பாடல்களும் உரையுடன் இதில் தரப்பட்டுள்ளன. இவ்வரிய நூலைப் பற்றி அறிய இது ஒரு வழிகாட்டியாகும்.

வாசகர்கள் படித்துப் பயன் பெறுவார்களாக. இந்நூலை (Fast Learning series) விரைந்து கற்றறியும் நூல் வரிசையில் ஒன்றாக இதை அச்சிட்டு வெளியிடும் நர்மதா பதிப்பகத்தாருக்கு என் நன்றி என்றும் உரியது.

காஞ்சிபுரம்

15-11-2000

எம். நாராயணவேலுப்பிள்ளை
ஒய்வு பெற்ற தமிழாசிரியர்

□□□

சங்கம் மருவிய காலம்

கி.பி. 100 - 600

மதுரை மாநகரில் நிலவியிருந்த கடைச்சங்கத்தின் இறுதி காலத்திற்குப் பின்னரும், ஆறாம் நூற்றாண்டின் இறுதியிலும் சிறப்பாக ஏழாம் நூற்றாண்டின் தொடக்கத்திலும் தோன்றிய பல்லவர் ஆட்சி காலத்திற்கு முன்னருமான இடைப்பட்ட ஒரு காலப் பகுதியைச் 'சங்கம் மருவிய காலம்' என்பர். சங்க காலத்தில் முடியுடைய மூவேந்த ராலும் வேளிர் முதலிய சிற்றரசர்களாலும் ஆளப்பட்டு வந்த தமிழ் கூறும் நல் உலகம் கி.பி. மூன்றாம் நூற்றாண்டில் அயலார் ஆட்சிக்கு உட்பட்டது.

சோழ நாட்டையும், பாண்டிய நாட்டையும் களப்பிரர்களும், நடு நாட்டையும், தொண்டை நாட்டையும், பல்லவர்களும் கைப்பற்றி ஆண்டார்கள். இவர்கள் தாய்மொழி தமிழாய் அமைந்திருக்கவில்லை. களப்பிரர்கள் பாலி மொழியையும், பல்லவர்கள் பிராகிருத மொழியையும் ஆதரித்தனர். ஆதலால் தமிழர் தம் மொழி, கலை, நாகரீகம் முதலியவற்றில் சில கூறுகளை இழக்கும் படி நேரிட்டது. இக்காலத்தில் ஏற்பட்ட அயலாரின் ஆட்சியில் தமிழ் மொழி ஆதரிக்கப்படாமல் தாழ்த்தப்பட்டு வளர்ச்சி குன்றிப், போற்றுவாரற்று விளங்கியதால் தமிழ் மொழியில் பெருமளவிலும் சிறப்பான முறையிலும் நூல்கள் தோன்றுவதற்கு இயலாமற் போய் விட்டது.

எனவே தமிழ் இலக்கிய வரலாற்றில் இக்காலப் பகுதியை 'இருண்ட காலம்' என்று குறிப்பர்.

பதினெண்கீழ்க் கணக்கு நூல்கள்

இந்த இருண்ட காலத்திலும் சில தமிழ் நூல்கள் இயற்றப்பட்டன. பதினெண் கீழ்க்கணக்கு நூல்கள், சிலப்பதிகாரம், மணிமேகலை முதலியன இச்சங்கம் மருவிய காலத்தில் எழுந்தன என்பர். இவற்றுள் பதினெண் கீழ்க்கணக்கு நூல்களைப் பற்றிய வெண்பா வருமாறு:-

"நாலடி நான்மணி நானாற்பது ஐந்திணைமுப்
பால் கடுகங் கோவை பழமொழி - மாமூலம்
இன்னிலை காஞ்சியுடன் ஏலாதி என்பவே
கைந்நிலையோடு ஆங்கீழ்க் கணக்கு"

அவை யாவன:-

1. நாலடி, 2. நான்மணிக்கடிகை, 3. இன்னா நாற்பது, 4. இனியவை நாற்பது, 5. திரிகடுகம், 6. ஆசாரக் கோவை, 7. பழமொழி, 8. சிறுபஞ்ச மூலம், 9. ஏலாதி, 10. முதுமொழிக்காஞ்சி, 11. முப்பால் (திருக்குறள்), 12. ஐந்திணை ஐம்பது, 13. திணைமொழி ஐம்பது, 14. ஐந்திணை எழுபது, 15. கைந்நிலை, 16. கார் நாற்பது, 18. களவழி நாற்பது.

சங்க காலத்தில் அகவல் பாக்கள் பெருமளவில் நூல்க்ளில் புகுந்தன. பதினெண் கீழ்க் கணக்கு நூல்களில் பெரும்பாலும் வெண்பா விரவி வரக் காண்கிறோம். அறநெறியைத் தெளிவுறுத்துவதற்கு ஏனைய பா வகையிலும் வெண்பாவே சிறப்புடைத்து என்பது கொள்ளக் கிடக்கிறது. எனவே சங்கம் மருவிய காலத்தில்

வெண்பா பெருவழக்காகவும் அகவற்பா சிறு வழக்காகவும் விளங்கின.

பதினெண் கீழ்க்கணக்கு நூல்களில் பதினொன்று நீதி நூல்களாய் உள்ளன. சில அகத்தைப் பற்றியும், சில புறத்தைப் பற்றியும் கூறுகின்றன. இவற்றில் எல்லாம் காலத்தாலும், பொருட் சிறப்பாலும் ஆகிய பல வகை மாட்சிகளாலும் சிறப்புற்று விளங்குவது திருக்குறள். எனவே திருக்குறளைப் பற்றி முதலில் காண்போம்.

வேறுபாடுகள்

எட்டுத் தொகை, பத்துப் பாட்டு முதலிய நூல்கள் தோன்றிய சூழ்நிலையும் அந்நூல்களில் காணப்படும் பழக்க வழக்கங்களும் பதினெண் கீழ்க்கணக்கு நூல்களிலிருந்து வேறுபட்டனவாய் விளங்குகின்றன. சங்க இலக்கியங்களில் மிகுதியாகப் பேசப்படும் ஊனுண்ணல், கள்ளுண்ணல், பரத்தையருடன் கூடி வாழ்தல் போன்றவற்றைக் கீழ்க் கணக்கு நூல்கள் பெரிதும் கடிந்துரைக்கின்றன. என்றாலும் சங்க நூல் கருத்துக்கள் கீழ்க்கணக்கு நூல்களில் பரந்து காணப்படுகின்றன.

1
திருக்குறள்
ஆசிரியர் : திருவள்ளுவர்

முன்னுரை

திருவள்ளுவர் உலகப் பெரும் புலவர்களுள் ஒருவர். அவர் அளித்துள்ள திருக்குறள் தமிழகம் பெற்றுள்ள தனிப் பெரும் செல்வம். அதன் அருமை பெருமைகளைக் குறித்து நீங்கள் எவ்வளவோ அறிந்திருக்கிறீர்கள். இந் நூலில் இனி வரும் பகுதிகளில் இன்னும் சில கருத்துக் களை அறியவும் இருக்கிறீர்கள்.

தொன்மை வாய்ந்த தமிழ்நாட்டில் தொல்காப்பியர் முதல் கொண்டு இந்நாள் வரையில் ஆயிரக்கணக்கானவர் பைந்தமிழ்ப் பாமாலைகள் பாடியுள்ளனர். அவர்கள் அளித்துள்ள சொல்மாலைகள் கன்னித் தமிழருக்குரிய புகழ் மாலைகளாக என்றும் மணம் விரவி வரக் காண்கி றோம். ஒவ்வொரு மாலையும் தமிழ் மகளுக்குரிய ஒவ்வொரு அணியாகவும் உறுப்பாகவும் உருவகிக்கலாம்.

ஆனால் வான் புகழ் கொண்ட வள்ளுவரின் திருக்குறள் தமிழ் மகளின் நெஞ்சத் தாமரையாக அதாவது உயிர் நிலையாக அமைந்து விடுகிறது. ஏனைய நூல்கள் எல்லாம் அவ்வுள்ளத்தாலும், உயிராலும் இயக்கப்படுகின் றனவாகவும் அவற்றின் விளக்கமாகவும் கருதப்படுகின்

றன. தமிழ்ப் பண்பாட்டையும் நாகரிகத்தையும் நுட்பமாக ஆராய்ந்து அவ் ஆராய்ச்சியின் பயனை திருக்குறளின் உருவில் வடித்தெடுத்துள்ளார் வள்ளுவப் பெருந்தகை எனக் குறிப்பிடுவது குற்றமாகாது. ஆதலால்தான் பெரும் புலவர்கள் எல்லாம் மிகப் பழங்காலந்தொட்டே திருவள்ளு வரை ஆதாரமாகக் காட்டித் தங்கள் கருத்துக்களை விளக்கு வதைப் பார்க்கிறோம்.

அறவுரை

உடலும், உள்ளமும் ஒருங்கே வளர்ச்சியடைவதற் குரிய வழிகாட்டிகள் இன்று மிகவும் தேவைப்படு கின்றனர். புறவாழ்வும், அக வாழ்வும் பொலிவு அடைவதற்குரிய அறிவுரைகள் இன்று இன்றியமையா தனவாகும். அன்பும், அறிவும் ஒருங்கே வளர்ந்தாலன்றி உலகம் உயர்வடைய முடியாது. உலகத்தில் பல்வேறு பகுதிகளிலும் தோன்றிய பெரியார்கள் பல்வேறு மொழிகளிலும் பல்வேறு முறைகளிலும் கருத்துக்களை விளக்கிச் சென்றனர். மறை நூல்களும், அற நூல்களும், காப்பியங்களும் அவ் அவற்றின் இயல்பிற்கு ஏற்ப அறிவுரைகள் வழங்குகின்றன.

திருக்குறள் நூல் நயம்

1. நீத்தார் பெருமை

அஃதாவது, முற்றுந் துறந்த முனிவரது பெருமை கூறுதல். அவ்வற முதற் பொருள்களை உலகிற்கு உள்ள வாறு உணர்த்துபவர் அவர் ஆதலின், இது வான் சிறப்பின் பின் வைக்கப்பட்டது.

> "ஐந்தவித்தான் ஆற்றல் அகல்விசும்பு ளார் கோமான்
> இந்திரனே சாலும் கரி."

- குறள் 25

புலன்களில் செல்லுகின்ற அவா ஐந்தினையும் அடக்காமல் திருந்தானது அவலத்திற்கு வலிக்கு அகன்ற வானத்து உள்ளார் இறை வனாகிய இந்திரனே அமையும் சான்று.

கௌதம முனிவரது மனைவியாகிய அகலிகையின் மீது பல நாளாகக் காதல் கொண்டிருந்த தேவேந்திரன் ஒருநாள் நடு ராத்திரியில் பொழுது விடியும் காலத்து கோழி கூவுவது போலக் கௌதமர் ஆசிரமத்துக்கு அருகே வந்து கூவினான். அதுகேட்ட முனிவர் எழுந்து சந்தியாக் காலம் சமீபித்ததெனக் கருதிக் கடன் கழித்தற்கு ஆற்றிற்கு விரைந்து சென்றார். அப்போது இந்திரன் இதுவே சமயமென்று அம்முனிவர் உருக்கொண்டு ஆசிரமத்துள் சென்று அவளோடு இன்பம் நுகர்ந்தான். அவளும் 'முனிவர் அல்லர் - இந்திரன்' என்று உணர்ந்தும் விலக்காமல் உடன்பட்டிருந்தாள். அதனை ஞானக் கண்ணால் அறிந்து, உடனே முனிவர் மீண்டு வந்தார். அவளைக் கருங்கல் வடிவம் ஆகும்படி சபித்து, இந்திரனையும், உடம்பு முழுவதும் பெண்குறி உடையன ஆகும்படியும் ஆண்குறி இழக்கும்படியும் சபித்தனர் என்பதாம்.

2. கேள்வி

அஃதாவது கேட்கப்படும் நூற் பொருள்களைக் கற்றறிந்தார் கூறக் கேட்டல். கற்ற வழி அதனின் அறிவை வலியுறுத்தலானும் கல்லாத வழியும் அதனை உண்டாக்கு தலானும் இது கல்வி கல்லாமை பின் வைக்கப்பட்டது.

"செவியிற் சுவையுணரா வாயுணர்வின் மாக்கள்
அவியினும் வாழினும் என்."

- குறள் 420

செவியால் நுகரப்படும் சுவைகளை உணராமல்,

வெறும் வாய் உணர்வையுடைய மாந்தர் சாவினும் வாழினும் உலகிற்கு வரும் நன்மை என்ன?

செவியால் அனுபவிக்கப்படும் சொற்சுவை, பொருட் சுவைகளை உணராமல் வாயால் நுகரப்படும் உணவின் சுவையிலேயே ஈடுபடும் மனிதர் செத்தால் வரும் இழப்பும் வாழ்ந்தால் வரும் பேறும் இன்மையால் உலகிற்கு அவரால் வருவது யாது? என்னும் பொருள் தோன்றுகிறது. இத்திருக்குறள் வெளிப்படையாக ஒருவனது குறையைக் கூறுதலால் இது செம்பொருள் அங்கதம்.

3. கயமை

வெளிப்படையாகவும், குறிப்பாகவும் கூறிய குணங்கள் யாவும் சிலராய கீழாரது தன்மை.

"தேவர் அனையர் கயவர் அவரும்தாம்
மேவன செய்தொழுக லான்."

- குறள் 1073

தேவரும், கயவரும் ஒரு தன்மையர். அஃது எவ்வாறு எனின் தேவரைப் போன்று தம்மை நியமிப்பார் இன்றிக் கயவரும் தாம் விரும்புவனவற்றைச் செய்து ஒழுகலான் உயர்ச்சியும் இழிவுமாகிய தம் கரண வேறுபாடு குறிப்பால் நின்றதால் இது புகழ்வார் போன்று பழித்தவாறாயிற்று.

இக்குறளில் நெஞ்சத்துக் கவலையில்லாத வஞ்சகக் கயவர் சாதாரண மண்ணுலக மக்களுக்கு ஒப்பாகார். ஆனால் அவர் உயர்ந்த விண்ணுலகத்து வாழும் தேவருக்கு ஒப்பாவார். எதனால் என்றால் தேவர்கள் தம்மைக் கட்டளையிடுபவர் யாரும் இல்லாமல் தாம் எண்ணியவற்றைத் தாமே செய்தொழுகுதல் போலக்

கீழோரும் நல்லன, தீயன ஆராயாமல் தாம் விரும்புவன வற்றைத் தாமே யாதொரு தடையும் இல்லாமல் செய்து ஒழுகும் இயல்புடைமையால் என்று குறிக்கப்பட்டுள்ளது.

மறைந்த மொழிகளால் கயவருடைய அறியாமைக் குணங்களை நகைச்சுவை தோன்ற இடித்து உரைக்கப்பட்டுள்ளது. இது பழிகரப்பு அங்கதமாகும்.

4. இரவு அச்சம்

அஃதாவது மானம் தீர வரும் இரவிற்கு அஞ்சுதல். அதிகார முறைமையும் இதனால் விளங்கும். (இரத்தல் - யாசித்தல்.)

> "இரந்தும் உயிர் வாழ்தல் வேண்டின் பரந்து
> கெடுக உலகியற்றி யான்."

- *குறள் 1062*

இவ்வுலகத்தைப் படைத்தவன் இதன் கண் வாழ்வார்க்கு முயன்று உயிர் வாழ்தலையன்றி இரந்தும் உயிர் வாழ்தலை வேண்டி விதித்தான் ஆயின் அக்கொடியோன் தானும் அவரைப் போன்று எங்கும் அலைந்து கெடுவானாக.

இவ்வுலகைப் படைத்தவன் யாராயினும் அவன் இரத்தலையும் ஒரு தொழில் எனப் படைத்து அத்தொழிலாற் சிலர் உயிர் வாழ்வாராக என விதித்திருப்பான் ஆயின் அவன் தெருத் தோறும் பரந்து திரிந்து துன்புறுவானாக எனக் கூறுகின்ற இக்குறள் இரப்பினால் (யாசித்தலால்) வரும் அச்சத்தை எவ்வளவு கொடுமையாகப் படம் பிடித்துக் காட்டுகின்றது. இரத்தல் கொடிது என்ற நீதியைக் காட்ட விரும்பும் திருவள்ளுவர் எவ்வளவு சிறந்த இலக்கியமாக இவ்விரண்டு அடிகளை அமைத்து விட்டார்.

காமத்துப் பால்

பொருளைத் துணைக் காரணமாக உடைத்தாய இம்மையே பயப்பதாய இன்பம் கூறுவான் எடுத்துக் கொண்டார். இங்கு இன்பம் என்றது ஒரு காலத்து ஒரு பொருளான் ஐம்புலனும் நுகர்தற் சிறப்புடைத்தாகிய காம இன்பத்தினை. இது புணர்ச்சி, பிரிவு என இருவகைப் படும்.

களவியல்

இனி அவை தம்மையே தமிழ் நூல்களோடும், பொருந்த புணர்ச்சியைக் 'களவு' என்றும் பிரிவைக் 'கற்பு' என்றும் பெரும்பான்மை பற்றி வகுத்து அவற்றைச் சுவை மிகுதி பயப்ப உலக நடையோடு ஒப்பும் ஒவ்வாமையும் உடையவாக்கிக் கூறுகின்றார். அக் கைக்கோள் (ஒழுக்கம்) இரண்டனுள்ளும் களவாவது: பிணி, மூப்பு, இறப்புக்கள் இன்றி எஞ்ஞான்றும் ஒரு தன்மையராய் உருவும், திரிவும், பருவமும், குலனும், குணமும், அன்பும் முதலியவற்றால் தம்முள் ஒப்புமை உடையவராய் தலைமகனும் தலைமகளும் பிறர் கொடுப்பவும் அடுப்பவும் அன்றிப் பால்வகையில் தாமே எதிர்ப் பட்டுப் புணர்ந்து வருவது. அதனை ஏழு அதிகாரங்களால் கூறுகின்றார்.

புணர்ச்சி மகிழ்தல்

அஃதாவது அங்ஙனம் குறிப்பறிந்து புணர்ந்த தலை மகன் அப்புணர்ச்சியை மகிழ்ந்து கூறல். அதிகார முறைமையும் இதனாலே விளங்கும்.

"கண்டுகேட்டு உண்டுயிர்த்து உற்றறியும் ஐம்புலனும்
ஒண்டொடி கண்ணே உள."

-குறள் 1101

கண்ணால் கண்டும், செவியால் கேட்டும், நாவால் உண்டும், மூக்கால் மோந்தும் மெய்யால் தீண்டியும் அனுபவிக்கப்படும் ஐம்புலனும் இவ் ஒள்ளிய தொடியை உடையவள் கண்ணே உளவாயின, வேறு வேறு காலங்களில் வேறு வேறு பொருள்களாக அனுபவிக்கப் படுவன ஒரு காலத்து இவள் கண்ணே அனுபவிக்கப்பட்டன என்பதாம்.

கற்பியல்

இனி, கற்பு பதினெட்டு அதிகாரத்தால் கூறத் தொடங்கி முதற்கண் பிரிவு ஆற்றாமை கூறுகின்றார்.

பிரிவு ஆற்றாமை

அதாவது, வரைந்து எய்தியபின் தலைமகன் அறம் பொருள் இன்பங்களின் பொருட்டுச் சேயிடையிலும் ஆயிடையிலும் தலைமகளைப் பிரிந்து செல்லும். செல்லும் பொழுது அப்பிரிவை அவள் ஆற்றாளாம் தன்மை. அஃது இங்கு பிரிவு உணர்த்திய தலைவற்குத் தோழி கூறலும், அவள் தனக்கு தலைமகள் தானே அவன் குறிப்பால் உணர்ந்து கூறலும் பிரிவுணர்த்திய வழிக் கூறலும், தலைமகன் பிரிந்துழி ஆற்றுவிக்கும் தோழிக்குத் தலைமகள் மறுத்துக் கூறலும் என நான்கு வகையால் கூறப்படும்.

"செல்லாமை உண்டேல் எனக்குரை மற்றுநின்
வல்வரவு வாழ்வார்க்கு உரை.

-குறள் 1152

பிரிந்து விரைவில் வருவேன் என்ற தலைமகனுக்குத் தோழி சொல்லியது: நீ எம்மை பிரியாமை உண்டாயின் அதனை எனக்குச் சொல்; அஃதொழியப் பிரிந்து போய் விரைந்து வருதல் சொல்வாயானால் அதனை அப்போது உயிர் வாழ்வார்க்குச் சொல்.

தலைமகளை ஒழித்து 'எனக்கு' என்றாள் தான் அவள் என்னும் வேற்றுமை இல்லாததால் அக்காலம் எல்லாம் ஆற்றியிருந்து அவ்வரவு காண வல்லள் அல்லள்; பிரிந்த பொழுதே இறந்துபடும் என்பதாம்.

அழுங்குவித்தல் பயன். இதனைத் தலைமகள் கூற்றாக்கி உரைப்பாரும் உளர். குறிப்பு: இந்தக் குறளில் தலைவன் பொருளீட்டச் சென்று விரைவில் மீண்டு வருவேன் என்றபோது நீ செல்ல வேண்டா என்று வெளிப்படையாக மறுத்துச் சொல்லாமல் 'வல் வரவு வாழ்வார்க்கு உரை' என்று உடன்பாட்டு வினை மூலமாகப் பெற வைத்தது விலக்கணி ஆகும்.

2

நாலடியார்

திருக்குறளுக்கு அடுத்த நிலையில் சிறப்பாக எண்ணப் படும் நூல் இது. 'ஆலும் வேலும் பல்லுக்கு உறுதி, நாலும் இரண்டும் சொல்லுக்கு உறுதி' என்றும், 'பழகு தமிழ் சொல்லருமை நாலிரண்டில்' என்றும் வழங்கும் பழமொழிகள் திருக்குறளோடு நாலடியாரின் சிறப்பைப் புலப்படுத்துவனவாகும். நான்கு அடிகளையுடைய வெண்பாக்களால் ஆகிய நூல் ஆனமையால் 'நாலடி' என்றும் சிறப்பு விகுதியாகிய 'ஆர்' சேர்ந்து 'நாலடியார்' என்று ஆனது என்றும் பெயர்க் காரணம் கூறுவர். நாலடிகள் கொண்ட பாட்டால் அமைந்த நூல்கள் தமிழில் மிகப்பல உளவேனும் சிறப்பு பற்றி இதனை நாலடியார் என ஓதுவார் ஆயினர். 'நாலடி நானூறு' என்ற பிறிதொரு பெயரும் இந்நூலுக்கு வழங்குகிறது.

இந்நூல் சமண முனிவர்களால் பாடப்பட்டது. இந்நூல் சொல் நயம், பொருள் நயம் முதலியன பெற்றுச் சிறந்து விளங்குவது. சங்க நூல்கள் சிலவற்றிற்கு உரையாசிரியர் களால் பரிமேல்அழகர், நச்சினார்க்கினியார் முதலியோரும் சிலப்பதிகாரத்திற்கு உரை எழுதிய அடியார்க்கு நல்லாரும் இந்நூலில் இருந்து சில பாக்களை மேற்கோள் காட்டு

கின்றனர். திருக்குறள் கருத்துக்கள் சில இடங்களில் இந்நூலில் காணப்படுகின்றன.

இந்நூல், "செல்வம் சகடக்கால் போல வரும்" என்று செல்வ நிலையாமையை வற்புறுத்துகிறது. 'கல்வி கரையில கற்பவர் நாள்சில' என்றும், 'கல்லாரே யாயினும் கற்றவரைச் சேர்ந்தொழுகின் நல்லறிவு நாளும் தலைப் படுவார்' என்றும் கல்வியின் சிறப்பையும் அழகையும் கவின்பெறக் கூறுகிறது.

காமத்துப் பாலில் கற்புடைப் பெண்டிரைக் கூற வந்த இடத்து,

> "கட்கினியாள் காதலன் காதல் வகைபுனை வாள்
> உட்குடையாள் ஊர்நாண் இயல்பினாள் - உட்கி
> இடனறிந்து ஊடி இனிதின் உணரும்
> மடமொழி மாதராள் பெண்
>
> - *பாடல் எண். 384*

என்று குறிப்பிடுகின்றார். இந்நூல் இவ்வாறு உலகம் உணர்ந்து ஓதுவதற்குரிய நல்ல நீதிகளை விளக்கி நிற்கிறது.

நாலடியாரில் அமைந்துள்ள இரு வெண்பாக்களில் பெரு முத்தரையர்களைப் பற்றிய குறிப்புக் காணப்படு கிறது. இப்பெருமுத்தரையர்கள் முதல் பரமேஸ்வர வர்ம பல்லவனின் பின் வந்தவர்கள் என்றும், அவர்கள் ஆட்சி சிறந்து விளங்கியது கி.பி. ஏழாம் நூற்றாண்டின் இடைப் பகுதி என்றும் கூறுவர். அப்பாடல்கள் வருமாறு:-

> "பெருமுத் தரையர் பெரிதுவந்து ஈயும்
> கருணைச்சோ றார்வர் கயவர் - கருணையைப்
> பேரும் அறியார் நனிவிரும்பு தாளாண்மை
> நீரும் அமிழ்தாய் விடும்"
>
> - *பாடல் எண் 200.*

(இதன் பொருள்) முயற்சியில்லாத கீழ் மக்கள் பெரு முத்தரையர் மகிழ்ந்தளிக்கும் கறிகளோடு கூடிய உணவை உண்டு வாழ்நாள் கழிப்பர். முயற்சியாளர்கள் மிகவும் விரும்புகின்ற தம் முயற்சியால் கிடைத்த நீர் உணவும் அவர்களுக்குத் தேவர் உணவாகி மெய் இன்பம் தரும்.

> "மல்லல்மா ஞாலத்து வாழ்பவர் உள்எல்லாம்
> செல்வர் எனினும் கொடாதவர் நல்கூர்ந்தார்
> நல்கூர்ந்தக் கண்ணும் பெருமுத் தரையரே
> செல்வரைச் சென்றிரவா தார்"
>
> - பாடல் எண் 296.

(இதன் பொருள்) உலகில் உயிர் வாழ்பவருள் பொருள் உடையராயினும் பிறர்க்கு ஒன்று ஈயாதவராயின் அவர்கள் வறியரேயாவர். வறுமையுற்ற காலத்தும் பொருள் உடையாரிடம் சென்று ஒன்று இரவாதவர் பெருமுத்தரையரே யாவர்.

கடவுள் வாழ்த்து

> "வான்இடு வில்லின் வரவறியா வாய்மையால்
> கால்நிலம் தோயாக் கடவுளை - யாம்நிலம்
> சென்னி யுறவணங்கிச் சேர்ந்தும்எம் உள்ளத்து
> முன்னி யலைமுடிக என்று."

(இதன் பொருள்) வானவில்லைப் போல, பிறப்பின் தோற்றம் முதலியவற்றை நாம் முற்றும் தெரிந்து கொள்ள முடியாமையினால் நினைத்தவை நிறைவேறுக என்று கருதி அருட்கோல இறைவனைத் தொழுது அடைக்கலமாவோம்.

அறத்துப் பால்

அறத்தின் பகுப்பு உணர்த்துவது, அறம், இம்மை, மறுமை, வீடு என்னும் மூன்றும் தருவதால் இது முதலில் நின்றது.

செல்வ நிலையாமை

"அறுசுவை உண்டி அமர்ந்தில்லாள் ஊட்ட
மறுசிகை நீக்கிஉண் டாரும் - வறிஞராய்ச்
சென்றிரப்பர் ஓரிடத்துக் கூழெனின் செல்வமொன்று
உண்டாக வைக்கப்பாற் றன்று"

- பாடல் 1.

(இதன் பொருள்) அறுசுவை உணவை மனையாள் விரும்பி உண்பிக்க, போதுமென்று தவிர்த்த செல்வரும் ஒரு காலத்தில் வறுமையுற்றுக் கூழையும் இரந்து உண்பர். ஆதலால் செல்வமானது நிலையுள்ளதென்று கருதக் கூடியதன்று.

10. ஈகை

"கடிப்பிடு கண்முரசம் காதத்தோர் கேட்பர்
இடித்து முழங்கியதோர் யோசனையோர் கேட்பர்
அடுக்கிய மூவுலகும் கேட்குமே சான்றோர்
கொடுத்தார் எனப்படும் சொல்"

- பாடல் 100.

(இதன் பொருள்) குறுங்கோலால் ஒலிக்கப்படும் முரசினது ஒலியைக் காத எல்லை வரையில் உள்ளோர் கேட்பர். மேகத்தின் இடியோசையை ஒரு யோசனை தொலைவிலுள்ளோர் வரை கேட்பர். தக்கோரால் செய்யப் பட்ட உதவி பற்றிய புகழுரை மூன்று உலகங்களில் உள்ளார் அனைவரும் கேட்டு நிற்பர்.

11. பழவினை

"பல்லாவுள் உய்த்து விடினும் குழக்கன்று
வல்லதாம் தாய்நாடிக் கோடலைத் - தொல்லைப்

பழவினையும் அன்ன தகைத்ததேதற் செய்த
கிழவனை நாடிக் கொளற்கு.”

- பாடல் 101.

பல பசு மந்தையில் விட்டாலும் இளைய பசுங் கன்று தன் தாய்ப் பசுவைத் தெரிந்து கொள்ளும். அதுபோல பல பிறப்புக்கள் தோறும் தொடர்ந்து வரும் பழவினையும் செய்தவரைத் தேடி அடையும்.

14. கல்வி

“இம்மை பயக்குமால் ஈயக் குறைவின்றால்
தம்மை விளக்குமால் தாமுணராக் கேடின்றால்
எம்மை உலகத்தும் யாங் காணேம் கல்விபோல்
மம்மர் அறுக்கும் மருந்து.”

- பாடல் 132.

நல்வாழ்க்கை தான் இம்மைப் பயனை விளைவிக்கும். பிறர்க்குக் கற்பித்தலால் குறைவுபடுதல் இல்லை. தம்மை அறிவாலும் புகழாலும் விளங்கச் செய்யும். தாம் இருக்க அது - கெடுதல் இல்லை. ஆதலால் எந்த உலகத்திலும் கல்வி போல் அறியாமையைத் தீர்க்கும் மருந்தை யாம் கண்டதில்லை.

“கல்வி கரையில கற்பவர் நாள்சில
மெல்ல நினைக்கின் பிணிபல - தெள்ளிதின்
ஆராய்ந்து அமைவுடைய கற்பவே நீரொழியப்
பாலுண் குருகின் தெரிந்து”

- பாடல் 135.

கல்விகள் அளவில்லாதன. ஆனால் கற்பவர் வாழ் நாட்களோ சிலவாகும். நினைத்துப் பார்த்தால் வாழ்நாளில் பிணிகள் பலவாயிருக்கின்றன. நீரை நீக்கிப் பாலை உண்ணும் பறவையைப் போல அறிஞர்கள் நல்ல

நூல்களை ஆராய்ந்து கற்பார்கள்.

38. பொது மகளிர்

(பொதுப் பொருளாயிருக்கும் மகளின் இயல்பு)

"விளக்கொளியும் வேசையர் நட்பும் இரண்டும்
துளக்கற நாடின்வே றல்ல - விளக்கொளியும்
நெய்யற்ற கண்ணே அறுமே அவரன்பும்
கையற்ற கண்ணே அறும்."

- பாடல் 371.

விளக்கின் ஒளியும் விலை மகளிர் உறவுமாகிய இரண்டும் அவை தம் தன்மையில் வேறு அல்ல. விளக்கின் ஒளியும் நெய் வற்றிய போதே அவியும். அம்மகளிரின் அன்பும், பொருள் வற்றியபோது இல்லையாய் விடும். கை - பொருள். ஆகு பெயர்.

3
நான்மணிக் கடிகை

ஆசிரியர் : விளம்பி நாகனார்

நான்மணிக்கடிகை பதினெண் கீழ்க் கணக்கு நூல்களுள் ஒன்று. இந்நூலை இயற்றியவர் விளம்பி நாகனார் என்னும் நல்லிசைப் புலவராவார். 'விளம்பி' இவரது ஊர்ப் பெயர் எனவும் நாகனார் இவரது இயற்பெயர் எனவும் கொள்ள வேண்டும். இவர் கி.பி. இரண்டாம் நூற்றாண்டி னர்.

நான் மணிக்கடிகை என்னும் இந்நூற் பெயர் நந்நான்கு வகையான நீதி மணிகளாற் கோக்கப்பட்ட ஒருவகை அணிகலன் என விரியும். கடவுள் வாழ்த்து உட்பட நூற்று ஆறு வெண்பாக்கள் கொண்டது. இந்நூல், சிறந்த நடைச் சிறப்பை உடையது.

நீதிகளும், உண்மைகளும் இந்நூலில் மிளிர்கின்றன. கடவுள் வாழ்த்துப் பாடல்கள் இரண்டும் திருமாலைக் குறிப்பனவாயிருப்பதால் இவர் வைணவ சமயத்தைச் சேர்ந்தவர் எனலாம். சிறந்த உவமைகளும், அறிவுரைகளும், புலமை நயங்களும் நன்கு சிறக்க இந்நூலை இவர் இயற்றியுள்ளார்.

கொல்லாமையும், புலால் உண்ணாமையும் சிறந்த அறங்கள் என இவர் வற்புறுத்துகின்றார். இவர் பரந்த உலகியல் அறிவைப் பெற்றவர். வையத்துள் வாழ்வாங்கு வாழ்ந்து வீடு பேற்றை அடைய ஒவ்வொருவரும் முயலல் வேண்டும் என்பது இவர் கருத்து.

கடவுள் வாழ்த்து

> "மதிமன்னும் மாயவன் வான்முகம் ஒக்கும்
> கதிர்சேர்ந்த ஞாயிறு சக்கரம் ஒக்கும்
> முதுநீர்ப் பழனத்து தாமரைத் தாளின்
> எதிர்மலர் மற்றவன் கண்ஒக்கும் பூவைப்
> புதுமலர் ஒக்கும் நிறம்"
>
> - பாடல் எண் 1

(இதன் பொருள்) இது ஐந்து அடியான் வந்த பஃறொடை வெண்பா. திங்கள் திருமாலினது திருமுகத்தை ஒத்திருக்கும். சூரியன் அவனது சக்கரத்தை ஒத்திருக்கும். கழனிகளில் தோன்றும் செந்தாமரைப் பூ அவன்தன் கண்களை ஒத்திருக்கும். காயாம் பூ அவனது திருமேனி யின் நிறத்தை ஒத்திருக்கும். இந்நூற் கொள்கையின்படி இப்பாடலிலும் நான்கு பொருளே கூறியுள்ளார்.

> "படியை மடியகத் திட்டான் அடியினால்
> முக்காற் கடந்தான் முழுநிலம் - அக்காலத்து
> ஆப்பனி தாங்கிய குன்றெடுத்தான் சோலின்
> அருமை அழித்த மகன்"
>
> - பாடல் 2

பாணாசுரனது நெருப்பு மதிலை அழித்த பெருமா னான திருமால் உலகத்தை வயிற்றில் வைத்தான். தன் திருவடிகளால் உலகங்கள் முழுமையும் மூன்று முறை களில் தாவியளந்தான். இந்திரன் மழை பெய்வித்த போது

பசுக்களின் நடுக்கத்தைத் தடுக்கும் பொருட்டு, கோவர்த்தன மலையைக் குடையாகத் தூக்கினான்.

“கள்ளி வயிற்றில் அகில் பிறக்கும் மான்வயிற்றில்
ஒள்அரி தாரம் பிறக்கும் பெருங்கடலுள்
பல்விலைய முத்தம் பிறக்கும் அறிவார் யார்
நல்லாள் பிறக்கும் குடி.”

- பாடல் 6

(இதன் பொருள்) அகிற் கட்டை கள்ளி மரத்தின் நடுவில் உண்டாகும். அரிதாரம் மான் வயிற்றில் உண்டாகும். முத்துக்கள் பெரிய கடலினும் பிறக்கும். நல்மக்கள் பிறக்கும் குடியை முன்கூட்டி அறிபவர் யார்? எக்குடியிலும் நன்மக்கள் தோன்றுவர் என்பதாம்.

கல்வி

“கற்றார்முன் தோன்றா கழிவிரக்கம் காதலித்தொன்று
உற்றார்முன் தோன்றா உறாமுதல் - தெற்றென
அல்ல புரிந்தார்க்கு அறந்தோன்றா எல்லாம்
வெகுண்டார்முன் தோன்றாக் கெடும்.”

- பாடல் 10

கழிந்துவிட்ட பொருள்களைப் பற்றிய துன்பம் கற்றுத் தெளிந்தார் இடத்தும், முயற்சித் துன்பம் ஊக்கமுடையார் இடத்தும், அறத்தின் உண்மைகள் தீயவை செய்வாரிடத்தும், எல்லா நன்மைகளும் சினந்தாரிடத்தும் தோன்றாது.

“நிலத்துக்கு அணியென்ப நெல்லும் கரும்பும்
குளத்துக்கு அணியென்ப தாமரை பெண்மை
நலத்துக்கு அணியென்ப நாணம் தனக்கணியாம்
தான்செல் உலகத் தறம்.

- பாடல் 11

நெல்லும் கரும்பும் வயலுக்கு அழகூட்டும். செந்

தாமரை குளத்துக்கு அழகென்பர். பெண்மைக்கு நாணம் இயல்பென்பர். மறுமை உலகத்துக்குரிய அறங்கள் ஆண்மைக்கு அழகாகும்.

"மனைக்குப்பாழ் வாள்நுதல் இன்மை தான்செல்லும்
திசைக்குப்பாழ் நட்டோரை இன்மை இருந்த
அவைக்குப் பாழ் மூத்தோரை இன்மை தனக்குப் பாழ்
கற்றறிவு இல்லா உடம்பு"

- பாடல் 22

(இதன் பொருள்) இல்லறம் பாழாவது மனையாள் இல்லாமை. தான் செல்லும் திசைக்குப் பாழ் அந்த ஊர்களில் நண்பர்கள் இல்லாமை. அவைக்குப் பாழாவது சான்றோரே இல்லாமை. தனக்குப் பாழாவது கல்வியறிவு இல்லாத புலால் உடம்பு உள்ளமையாம்.

"கோல்நோக்கி வாழும்குடியெல்லாம் தாய்முலைப்
பால்நோக்கி வாழும் குழவிகள் - வானத்
துளிநோக்கி வாழும் உலகம் உலகின்
விளிநோக்கி இன்புறூஉங் கூற்று

- பாடல் 29.

குடிமக்கள் அரசனது ஆட்சியை நோக்கி உயிர் வாழ்வர். குழந்தைகள் தாயினது முலைப் பாலால் உயிர் வாழும். உலகத்து உயிர்கள் மழைத் துளியால் வாழும். கூற்றுவன் உயிர்களின் சாவை நோக்கி மகிழ்வான்.

"அந்தணரின் நல்ல பிறப்பில்லை என்செயினும்
தாயின் சிறந்த தமரில்லை யாதும்
வளமையோ டொக்கும் வனப்பில்லை. எண்ணின்
இளமையோ டொப்பதூஉம் இல்."

- பாடல் 35.

அந்தண்மை உடையார் பிறவியைப் போல் உயர்ந்த

பிறவி வேறில்லை. துன்பம் செயினும் தாயைப் போல் மேலான உறவினர் எவரும் இலர். செல்வ வாழ்க்கை யோடு ஒப்பான அழகு மற்று எதுவும் இல்லை. ஆராயின் இளமைப் பருவத்தோடு ஒப்பாவதும் பிறிது ஒன்றில்லை.

> "நாற்றம் உரைக்கும் மலருண்மை கூறிய
> மாற்றம் உரைக்கும் வினைநலந் தூக்கின்
> அகம்பொதிந்த தீமை மனம்உரைக்கும் முன்னம்
> முகம்போல் முன்னுரைப்பது இல்."
>
> - பாடல் 48

(இதன் பொருள்) மலரின் இருப்பை அதன் மணமே அறிவிக்கும். ஒருவனது செயல்திறமை அவன் சொல்லே அறிவிக்கும். ஆராய்ந்து பார்த்தால் நெஞ்சில் செறிந்த தீமைகளை அவனது நெஞ்சமே அறிவிக்கும். ஒருவன் உள்ளக் குறிப்பை அவனது முகமே முற்படத் தெரிவிக்கும்.

> "மழையின்றி மாநிலத்தார்க்கு இல்லை மழையும்
> தவமில்லார் இல்வழி இல்லை தவமும்
> அரசன் இலாவழி இல்லை அரசனும்
> இல்வாழ்வார் இல்வழி இல்."
>
> - பாடல் 49.

மழையில்லாவிட்டால் உலகத்து மக்களுக்கு வாழ்வு இல்லை. அம்மழையும் தவமுடையார் இல்லாத விடத்துப் பெய்தல் இல்லை. அத்தவம் செய்தலும் முறையான அரசன் இல்லாத நாட்டில் நிகழ்தல் இல்லை. அந்த அரசனும் குடிமக்கள் இல்லாத இடத்து இருப்பதில்லை.

> "கண்ணிற் சிறந்த உறுப்பில்லை கொண்டானின்
> துன்னிய கேளிர் பிறரில்லை மக்களின்
> ஒண்மையவாய்ச் சான்ற பொருளில்லை ஈன்றாளோடு

எண்ணக் கடவுளும இல்."

- பாடல் 57.

ஒருவனுக்குக் கண்ணைப் போல மேலான உறுப்பு வேறு இல்லை. குலமகளுக்குக் கணவனைப் போல நெருங்கிய உறவினர் வேறில்லை. பெற்றோர்க்கு மக்களைப் போல் ஒளியுள்ள பொருள்கள் வேறில்லை. குழந்தைகட்குத் தாயைப் போல மேலான கடவுள் வேறு ஏதும் இல்லை.

"மகன்உரைக்கும் தந்தை நலத்தை ஒருவன்
முகன் உரைக்கும் உள்நின்ற வேட்கை - அகல்நீர்ப்
புலத்தியல்பு புக்கான் உரைக்கும் நிலத்தியல்பு
வானம் உரைத்து விடும்."

- பாடல் 71.

தந்தையின் நன்மையைப் புதல்வன் தனது இயல்பினால் அறிவிப்பான். நெஞ்சத்தின் விருப்பத்தை அவனது முகக் குறிப்பே அறிவிக்கும். வயலின் தன்மையை நிலக்கிழவன் அறிவிப்பான். நிலத்து மக்கள் இயல்பை அந்நிலத்தில் பெய்யும் மழையே அறிவித்து விடும்.

"கல்லா ஒருவர்க்குத் தம் வாயிற் சொற்கூற்றம்
மெல்லிலை வாழைக்குத் தான் ஈன்ற காய்கூற்றம்
அல்லவை செய்வார்க்கு அறங்கூற்றம் கூற்றமே
இல்லத்துத் தீங்கொழுகு வாள்."

- பாடல் 85.

கல்லாதவர்க்கு அவர் வாயிற் பிறக்கும் சொல்லே அவர்களுக்குக் கூற்றுவனாம். வாழை மரத்துக்கு அஃது ஈனும் குலையே கூற்றுவனாம். தீயவை செய்வார்க்கு அறக்கடவுளே கூற்றுவனாம். இல்லத்தில் இருந்து

கொண்டு மறைவாய்க் கற்புக் கெடுபவள் கணவனுக்குக் கூற்றுவனே ஆவாள்.

> "மனைக்கு விளக்கம் மடவார் மடவார்
> தமக்குத் தகைசால் புதல்வர் மனக்கினிய
> காதற் புதல்வர்க்குக் கல்வியே கல்விக்கும்
> ஓதிற் புகழ்சால் உணர்வு."

- பாடல் 105.

(இதன் பொருள்) வீட்டுக்கு ஒளி பெண்கள்; பெண்களுக்கு விளக்கம் நன்மக்கள். அன்பிற்கு உரிய மக்கட்கு விளக்கம் கல்வி. கல்விக்கு விளக்கம் மெய்யுணர்வு. முதலில் நின்ற 'விளக்கம்' என்னும் சொல்லை ஏனை மூன்றிடத்தும் கூட்டுக.

> "இன்சொலால் ஆகும் கிழமை இனிப்பிலா
> வன்சொலால் ஆகும் வசைமனம் மென்சொலின்
> நாவினால் ஆகும் அருள்மனம் அம்மனத்தான்
> வீவிலா வீடாய் விடும்!"

- பாடல் 106

இன்சொலால் நட்புரிமை உண்டாகும். வன் சொல்லால் கெடுநினைவு உண்டாகும். மென்மையான சொற்களால் அருள் நெஞ்சம் உண்டாகும். அருள் நெஞ்சத்தால் அழிவில்லாத வீடு பேறு உண்டாகும்.

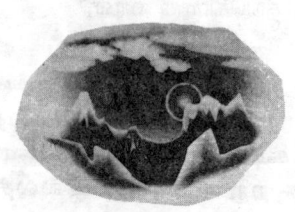

4
இனியவை நாற்பது

ஆசிரியர் : பூதஞ் சேந்தனார்

இனியவை நாற்பது பதினெண் கீழ்க் கணக்கு நூல்களுள் ஒன்று. இதன் ஆசிரியர் பூதஞ் சேந்தனார். இந்நூல் அறம், பொருள், இன்பம் பற்றிச் சிலவாய மெல்லிய மொழிகளாலான ஐந்தடியின் ஏறாது நாற்பது வெண்பாக்களால் அமைந்தது. இனிய பொருள்களை உரைப்பது.

ஆசிரியர் பெயர் சேந்தன். தந்தையார் பெயர் பூதன். இரண்டும் சேர்ந்து பூதன் சேந்தனார் என்றாயிற்று. 'ஆர்' சிறப்புப் பற்றி வந்தது. ஆசிரியர் கடவுள் வாழ்த்தில் மும் மூர்த்திகளைப் பற்றிக் கூறுதலின் வேத ஒழுக்கினராதல் வேண்டும் என்பர் ஒரு சாரார். சிவனை நான்முகனாகவும் திருமாலாகவும், சிவபிரானாகவும் வைத்து வாழ்த்துதல் சைவ சம்பிரதாயமாகலின் அவர் சைவர் என்பர் மற்றொரு சாரார்.

இதில் மொத்தம் நாற்பது வெண்பாக்கள் உள்ளன. ஒவ்வொரு வெண்பாவிற்கும் பெரும்பான்மை மூன்று கருத்துக்கள். சிலவற்றில் நான்கு கொண்டு முடிந்துள்ளன. 127 இனிய கருத்துக்கள் இந்நூலில் உள்ளன. இன்னா நாற்பதில் சொல்லாது விட்ட கருத்துக்களைச் சொல்லலாம் என்ற நோக்கத்தில் இந்நூலைப் புலவர் எழுதியிருக்கலாம்.

இந்நூலாசிரியர் கி.பி. ஐந்தாம் நூற்றாண்டினர். திருக்குறள் கருத்துக்கள் இதில் விரவியுள்ளன.

சங்க காலத்தில் இல்லாத வழக்கம் ஒன்று இப்போது புகுந்து விட்டது. பெண்களை நஞ்சாகக் கருதும் 'பரதேசி மனப்பான்மை' இந்தக் காலத்தில் தான் மெல்ல முளை விடுகிறது. பெண்மையை அன்பாக, அருளாக, தாய்மை யாகக் கண்ட சங்கத்துச் சான்றோரின் உள்ளம் மெதுவாக மறைந்து விடுகின்றது. பௌத்த சமணர்களின் கூட்டுற வால் 'பேய்' எனக் கருதும் உள்ளம் வந்து விட்டது. அப்போதுதான் முதல்முதல் பெண் அடிமை ஆரம்பம் ஆகின்றது.

கடவுள் வாழ்த்து

"கண்மூன் றுடையான்தாள் சேர்தல் கடிதினிதே
தொல்மண் துழாய் மாலை யானைத் தொழல் இனிதே
முந்துறப் பேணி முகநான் குடையானைச்
சென்றமர்ந்து ஏத்தல் இனிது."

கண் மூன்றுடைய சிவபெருமானது திருவடிகளை அடைதல் மிக இனிது. திருத்துழாய் மாலையானாகிய திரு மாலைக் கைதொழுதல் இனிது. நான்முகனாகிய பிரம தேவனை விரும்பி வாழ்த்துதல் முற்பட இனிது. சேர்தல், ஏத்தல், தொழுதல் என மனம் வாக்கு காயம் என்னும் திரிகரண வழிபாடு கூறினார்.

"உடையான் வழக்கினிது ஒப்ப முடிந்தால்
மனை வாழ்க்கை முன்இனிது மாணாதா மாயின்
நிலையாமை நோக்கி நெடியார் துறத்தல்
தலையாகத் தான்இனிது நன்று"

- பாடல் 2

இனியவை நாற்பது

பொருளுடையானது ஈகை இனிது. மனைவியும் கணவனும் மனம் ஒத்து இருந்தால் இல்வாழ்க்கையானது முற்பட இனிது. அங்ஙனம் மாட்சிமைப்படாதெனின் நிலையாமையை ஆராய்ந்து தாமதிக்காமல் அகப்பற்று, புறப்பற்றுக்களை விடுதல் தலைப்பட மிக இனிது.

"மானம் அழிந்தபின் வாழாமை முன்இனிதே
தானம் அழியாமைத் தான் அடங்கி வாழ்வினிதே
ஊனம் ஒன்று இன்றி உயர்ந்த பொருளுடைமை
மானிடர்க்கு எல்லாம் இனிது."
- பாடல் 13

பெருமை கெட்டபின் உயிர்வாழாமை மிக இனிது. தான் இருந்து வாழும் இருப்புச் சிதையாதபடி தான் அடங்கி வாழ்தல் இனிது. குறைவு சிறிதும் இல்லாமல் மிக்க பொருள் உடையராதல் எல்லா மக்கட்கும் இனிது.

"குழவி தளர்நடை காண்டல் இனிதே
அவர்மழலை கேட்டல் அமிழ்தின் இனிதே
வினையுடையான் வந்தடைந்து வெய்துறும்போழ்து
மனம் அஞ்சான் ஆகல் இனிது"
- பாடல் 14

குழந்தைகளின் தளிர்நடையைக் காணுதல் பெற்றோர்க்கு இனிது. அக்குழந்தைகளின் மழலைச் சொற்களைக் கேட்டல் தேவாமுதத்திலும் இனிது. தீவினை செய்தவன் அதனால் துன்புறும்பொழுது மனம் அஞ்சாமல் இருத்தல் இனிது.

"பிறன்மனை பின்னோக்காப் பீடினிது ஆற்ற
வறனுழக்கும் பைங்கூழ்க்கு வான்சோர் வினிதே
மறமன்னர் தங்கடையுள் மாமலை போல் யானை
மத முழக்கம் கேட்டல் இனிது
- பாடல் 15

அயலான் மனைவியைத் திரும்பிப் பாராத பெருமை இனிது. நீர்இன்மையால் வருந்தும் பசிய பயிர்க்கு மழை பொழிதல் இனிது. வீரமுடைய அரசர் கடை வாயிலின் கண் பெரிய யானைகளின் பிளிற்றொலியைக் கேட்டல் இனிது.

"பிறன்கைப் பொருள்வெளவான் வாழ்தல் இனிதே
அறம்புரிந்து அல்லவை நீக்கல் இனிதே
மறந்தேயும் மாணா மயரிகள் சேராத்
திறம்தெரிந்து வாழ்தல் இனிது."

- *பாடல் 21*

பிறனுடைய கைப்பொருளை அபகரியாதவனாய் வாழ்தல் இனிது. அறத்தைச் செய்து பாவங்களைச் செய் யாமை இனிது. மறந்துங் கூட மாட்சிமைப்படாத அறிவிலிகளை சேராத வழிகளை அறிந்து வாழ்தல் இனிது.

"வருவாய் அறிந்து வழங்கல் இனிதே
ஒருவர்பங்கு ஆகாத ஊக்கம் இனிதே
பெருவகைத் தாயினும் பெட்டவை செய்யார்
திரிபின்றி வாழ்தல் இனிது."

- *பாடல் 22*

தமக்குப் பொருள் வருகின்ற அளவினை அறிந்து கொடுத்தல் இனிது. ஒருவர்க்குச் சார்பாகாத மன எழுச்சி. பெரிய பயனை உடைத்தாயினும் தாம் விரும்பியவற்றை ஆராயாது செய்தவராய் தம் இயல்பின் வேறுபடாமல் வாழ்வது இனிது.

"ஐவாய வேட்கை அவா அடக்கல் முன் இனிதே
கைவாய்ப் பொருள்பெறினும் கல்லார்கண் தீர்வினிதே
நில்லாத காட்சி நிறையில் மனிதரைப்
புல்லா விடுதல் இனிது."

- *பாடல் 25*

ஐம்பொறிகளால் வருகின்ற ஆசையையும், அதன் கண் செல்லும் நினைவையும் ஒழித்தல் இனிது. சேம நிதியைப் பெறுவதாயினும் கல்லாதவரை விடுதல் இனிது. தீயொழுக்கம் உடையவரைச் சேராமல் நீங்குதல் இனிது.

> "கயவரைக் கைகழிந்து வாழ்தல் இனிதே
> உயர்வுள்ளி ஊக்கம் பிறத்தல் இனிதே
> எளியர் இவரென்று இகழ்ந்துரையா ராகி
> ஒளிபட வாழ்தல் இனிது."

- பாடல் 29

கீழ்மக்களை நீக்கி வாழ்வது இனிது. தான் மென்மேல் உயர்தலை நினைத்து ஒருவர்க்கு மனஎழுச்சி உண்டாதல் இனிது. இவர் வறியவர் என்று அவமதித்து இழிவு சொல்லாராகி புகழ் உண்டாக வாழ்வது இனிது.

> "இளமையை மூப்பென்று உணர்தல் இனிதே
> இளைஞர்மாட்டு அச்சின்மை கேட்டல் இனிதே
> தடமென் பணைத்தோள் தளரிய லாரை
> விடமென் றுணர்தல் இனிது."

- பாடல் 37

தன் இளமைப் பருவத்தை முதுமைப் பருவம் என்று நினைத்தல் இனிது. சுற்றத்தார் இடத்து அச்சமில்லாத இனிய சொற்களைக் கேட்பது இனிது. பெரிய மென்மை யாகிய மூங்கிலையொத்த தோள்களையும் தளிர் போன்ற மென்மைத் தன்மையுமுடைய மகளிரை நஞ்சென்று நினைத்தல் இனிது.

5
இன்னா நாற்பது

ஆசிரியர் : கபிலர்

இன்னா நாற்பது பதினெண் கீழ்க் கணக்கு நூல்களுள் ஒன்று. இதன் ஆசிரியர் கபிலர். சங்க கால கபிலர் வேறு. இவர் வேறு. இந்நூலில் கடவுள் வாழ்த்து உள்பட 41 வெண்பாக்கள் உள்ளன.

உலகில் இன்னாதவை இவை இவை, என்பதன் பட்டியல்தான் 'இன்னா நாற்பது'. ஒவ்வொரு வெண்பா வுக்கும் நான்கு இன்னாதவை கூறி நாற்பது வெண்பாவில் இதை முடிக்கிறார். மக்களுக்கு நன்மை பயக்கும் பொது நீதிகளையும், உறுதிப் பொருள்களையும் சுட்டி உணர்த்து வதே இவைகளின் நோக்கம்.

இவர் சமயக் கொள்கையில் பொது நோக்குடையவர். சில ஒழுக்க முறைகளும் பழக்க வழக்கங்களும் இந்நூலிலி ருந்து நமக்குக் கிடைக்கின்றன. கள்ளும், ஊனும் உண்ணு தல் வெறுக்கப்பட்டுள்ளன. சைன பௌத்த மதங்களின் செல்வாக்குத்தான் இதற்குக் காரணம். 'இன்னா' என்னும் சொல்லுக்குத் 'துன்பம்' என்பதே பொருள். சிலவிடத்து இனிமையன்று, தகுதியன்று என்னும் பொருள் கொள்ள வேண்டியுள்ளது.

கடவுள் வாழ்த்து

"முக்கண் பகவன் அடிதொழா தார்க்கின்னா
பொற்பனை வெள்ளையை உள்ளாது ஒழுகின்னா
சக்கரத் தானை மறப்பின்னா ஆங்கின்னா
சத்தியான் தாள்தொழா தார்க்கு."

மூன்று கண்களையுடைய சிவபெருமானுடைய திருவடிகளைத் தொழாதவர்க்குத் துன்பம் உண்டாகும். அழகிய பனைக் கொடியையுடைய பலராமனை நினையாமல் நடத்தல் துன்பமாம். சக்கரப் படையையுடைய மாயவனை மறத்தல் துன்பம். அதேபோல் வேற்படையையுடைய முருகனது பாதங்களைத் தொழாதவர்களுக்குத் துன்பமாம்.

"கள்ளில்லா மூதுர் களிகட்கு நன்கின்னா
வள்ளல்கள் இன்மை பரிசிலர்க்கு முன்னின்னா
வண்மை யிலாளர் வனப்பின்னா ஆங்கின்னா
பண்ணில் புரவி பரிப்பு."

- பாடல் 9

கள் இல்லாத ஊர் குடிகாரர்களுக்கு மிகவும் துன்பம் வள்ளல்கள் இல்லாதிருத்தல் பரிசில் பெறுவார்க்கு மிகவும் துன்பம். ஈகைக் குணம் இல்லாதவருடைய அழகு துன்பமாம். அவ்வாறே சேணம் இல்லாத குதிரை சவாரி துன்பம்.

"உடம்பாடு இல்லாத மனைவிதோள் இன்னா
இடனில்சிறியாரோடு யாத்தநண்பு இன்னா
இடங்கழி யாளர் தொடர்பின்னா இன்னா
கடனுடையார் காணப் புகல்."

- பாடல் 14

(இதன் பொருள்) உளம் பொருந்தாத மனைவியின் தோளைச் சேர்தல் துன்பம். பரந்த மனமில்லாத சிறுமை

யாளருடன் பிணித்த நட்பு துன்பம். மிக்க காமத்தை யுடையாரது சேர்க்கை துன்பம். கடன் கொடுத்தவர் கண் முன்னர் செல்லுதல் துன்பம். பொருள் இல்லாதவர் தானம் செய்ய விரும்புதல் துன்பம்.

"உண்ணாது வைக்கும் பெரும்பொருள் வைப்பின்னா
நண்ணாப் பகைவர் புணர்ச்சி நனியின்னா
கண்ணில் ஒருவன் வனப்பின்னா ஆங்கின்னா
எண்ணிலான் செய்யும் கணக்கு"

- பாடல் 16

உண்ணாமல் சேர்த்து வைக்கும் பெரும் செல்வம் இன்னா. பொருந்தாப் பகைவரது சேர்க்கை மிகவும் துன்பம். பார்வையற்ற ஒருவனுக்கு அழகு துன்பம். அவ்வாறே படிக்காதவன் செய்யும் காரியம் துன்பம்.

"மாரிநாள் கூவும் குயிலின் குரல்இன்னா
வீரம் இலாளர் கடுமொழி கூற்றின்னா
மாரிவளம் பொய்ப்பின் ஊர்க்கின்னா ஆங்கின்னா
மூரி எருத்தால் உழவு."

- பாடல் 20

மழைக்காலத்தில் கூவுகின்ற குயிலின் ஓசை இன்னா. வீரம் இல்லாதவரது கடுஞ்சொல் துன்பம். மழை வளம் பொய்க்குமாயின் உலகிற்குத் துன்பம். அவ்வாறே கட்டுக்கு அடங்காத காளையால் உழுதல் துன்பம்.

"யானையில் மன்னரைக் காண்டல் நனிஇன்னா
ஊனைத்தின்று ஊனைப் பெருக்குதல் முன்இன்னா
தேன்நெய் புளிப்பின் சுவைஇன்னா ஆங்கின்னா
கான்யாறு இடையிட்ட ஊர்."

- பாடல் 22

யானைப் படையில்லாத அரசரைப் பார்தல் மிகவும் துன்பம். பிறிதோர் உயிரின் ஊனை உண்டு தன் ஊனை

வளர்த்தல் மிகவும் துன்பம். தேனும், நெய்யும் புளித்து விட்டால் சுவை துன்பம், அவ்வாறே காட்டாறு இடையில் உள்ள ஊர் துன்பமாம்.

“சிறையில்லா மூதூரின் வாயில்காப்பு இன்னா
துறையிருந்து ஆடை கழுவுதல் இன்னா
அறைபறை அன்னலர் சொல்இன்னா இன்னா
நிறையில்லான் கொண்ட தவம்.”

*- பாடல் **23***

மதில் இல்லாத பழைய ஊரின் வாயிலைக் காத்தல் துன்பம். நீர்த் துறையிலிருந்து ஆடை தோய்த்தல் துன் பம். பறை போன்றாரது சொல் துன்பம், பொறிகளைக் கட்டுப்படுத்தாதவன் மேற்கொண்ட தவம் துன்பம்.

நீர் வழியாக நோய் அணுக்கள் பரவி இன்னல் விளைக்கும் என்பதாம். பறையன்னார் - ரகசியத்தைக் காப்பாற்றாதவர்.

“ஏமம்இல் மூதூர் இருத்தல் மிகஇன்னா
தீமை உடையார் அயலிருத்தல் நன்கின்னா
காமம் முதிரின் உயிர்க்கின்னா ஆங்கின்னா
யாம்என் பவரோடு நட்பு”

*- பாடல் **24***

(இதன் பொருள்) காவல் இல்லாத பழைய ஊரில் வாழ்தல் மிகவும் துன்பம். தீயோரது பக்கத்தில் இருத்தல் துன்பம். காம நோய் முற்றினால் உயிர்க்குத் துன்பமாம். அவ்வாறே ‘தான்’ என்று தருக்கியிருப்பவரோடு செய்யும் நட்பு துன்பம்.

“கள்ளுண்பான் கூறும் கருமப் பொருள்இன்னா
முள்ளுடைக் காட்டின் நடத்தல் நனியின்னா

வெள்ளம் படுமாக கொலையின்னா ஆங்கின்னா
கள்ள மனத்தார் தொடர்பு."

- பாடல் 33

கள் குடிப்பவன் சொல்லுகின்ற காரியத்தின் பயன் துன்பம். முட்களையுடைய காட்டில் காலணியில்லாமல் நடத்தல் துன்பம். வெள்ளத்தில் அகப்பட்ட விலங்கைக் கொல்லுதல் துன்பம். அவ்வாறே வஞ்ச மனத்தாரது நட்பு துன்பமாம்.

"பிறன்மனையாள் பின்னோக்கும் பேதைமை இன்னா
மறமிலா மன்னர் செருப்புகுதல் இன்னா
வெறும்புறம் வெம்புரவி யேற்றின்னா இன்னா
திறனிலான் செய்யும் வினை."

- பாடல் 38

பிறன் மனைவியை விரும்பும் அறிவின்மை, துன்பம். வீரமில்லாத அரசர் போர்க் களத்திற்குச் செல்லுதல் துன்பம். விரைந்து செல்லும் குதிரையினது சேணம் இல்லாத முதுகில் ஏறுதல் துன்பம். திறமையில்லாதவன் செய்யும் காரியம் துன்பமாம்.

6
கார் நாற்பது

ஆசிரியர் : மதுரை கண்ணங்கூத்தனார்

கார் நாற்பது பதினெண் கீழ்க்கணக்கு நூல்களுள் ஒன்று. இதன் ஆசிரியர் மதுரைக் கண்ணங்கூத்தனார். இவரது காலம் கி.பி. இரண்டாம் நூற்றாண்டு. இதன் கண் 40 வெண்பாக்கள் உள்ளன.

இந்நூல் அகத்தின் பகுதியாகிய முல்லைத் திணையின் பாற்பட்டதாகும். முல்லையாவது ஒரு தலைமகன் தனக்குரிய ஏதேனும் ஒரு நிமித்தத்தால் பிரிந்து செல்வான். அவன் வருந்துணையும் தலைமகள் அவன் கூறிய சொல் பிழையாமல் கற்பால் ஆற்றியிருத்தலாம். வேந்தர்க்குத் துணையாகப் போர் புரியச் செல்லும் தலைமகன், 'கார் காலத்து மீண்டு வருவேன்' எனக் காலங் குறித்துச் சென்றான். அது காறும் அரிதின் ஆற்றியிருந்த தலை அன்பினளாகிய தலைவிக்கு அப்பருவம் வந்தும் அவன் வரத் தாமதமானால் ஆற்றாமை விஞ்சுதல் இயற்கை. அதுவே பொருளாக இந்நூல் இயற்றப்பட்டது.

இதிலுள்ள வெண்பாக்கள் எல்லாம் தலைவி, தோழி, தலைவன் என்போரின் கூற்றுக்களாக உள்ளன. ஒவ் வொரு வெண்பாவிலும் கார் வந்தமை கூறப்படுதலின் இந்நூல் 'கார் நாற்பது' எனப்பட்டது. கார் காலம் என்பது ஆவணி புரட்டாசி மாதங்கள். இதில் முல்லைத் திணைக்

குரிய உரிப் பொருள், முதற் பொருள், கருப் பொருள் ஆகிய மூன்றும் கூறப்பட்டுள்ளன. இதிலுள்ள உவமைகள் கற்போர்க்கு இன்பம் தருபவை.

"ஆடு மகளிரின் மஞ்ஞை அணிகொளக்
காடுங் கடுக்கை கவின்பெறப் பூத்தன
பாடுவண் டூதும் பருவம் பணைத் தோளி
வாடும் பசலை மருந்து."

- *பாடல் 4*

அவையாடும் மகளிர்போல் மயில்கள் அழகுபெற காடுகளும், கொன்றைகளும் மலர்ந்தன. பாடுகின்ற வண்டுகளும், அப்பூக்களை ஊதா நிற்கும். ஆதலால் மூங்கில் போலும் தோள்களையுடையாய், இப்பருவமானது வாடுகின்ற நின் பசலைக்கு மருந்தாகும்.

"நச்சியார்க்கு ஈதலும் நண்ணார்த் தெறுதலும்
தற்செய்வான் சென்றார்த் தரூஉம் தளிரியலாய்
பொச்சாப்பு இலாத புகழ்வேள்வித் தீப்போல
எச்சாரும் மின்னும் மழை."

- *பாடல் 7*

தளர்ந்த இயல்பினையுடையாய்! அறஞ் செய்தலும் பகை தெறுதலும் தம்மை நிலை நிறுத்துவனவாக நினைத்து, அவற்றின் பொருட்டு, பொருள் தேடச் சென்ற தலைவரை பிறப்பில்லாத புகழ்வாய்ந்த வேள்வித் தீயைப் போல் எம்மருங்கும் மின்னுகின்ற வானமானது அழைத்து வரும்.

"மண்ணியல் ஞாலத்து மன்னும் புகழ்வேண்டிப்
பெண்ணியல் நல்லாய் பிரிந்தார் வரல்கூறும்
கண்ணியல் அஞ்சனம் தோய்ந்தபோல் காயாவும்
நுண்ணரும் பூழ்த்த புறவு."

- *பாடல் 8*

(இதன் பொருள்) பெண்தகை நல்லாய்! உலகத்தில் நிலைபெறும் புகழை விரும்பி, பிரிந்து சென்ற தலைவர் மீண்டு வருதலைக் காயாஞ் செடிகளும் நுண்ணிய அரும்புகள் மலரப் பெற்ற காடுகளும் சொல்லும்.

> "செல்வம் தரல்வேண்டிச் சென்றநம் காதலர்
> வல்லே வருதல் தெளிந்தாம் - வயங்கிழாய்
> முல்லை இலங்கெயிறு ஈன நறுந்தண்கார்
> மெல்ல இனிய நகும்."

- பாடல் 14

விளங்குகின்ற அணிகளையுடையாய்! முல்லைக் கொடிகள் மகளிரின் பற்களைப் போன்ற அரும்புகளை ஈனும் வகை மேகம் மின்னுகின்றது. ஆதலால் பொருள் தேட விரும்பி, பிரிந்து சென்ற நம் தலைவர் விரைந்து வருதலைத் தெளிய அறிந்தோம்.

> "திருந்திழாய் காதலர் தீர்குவர் அல்லர்
> குருந்தின் குவியிணர் உள்ளுறை யாகத்
> திருந்தின் இளவண்டு பாட இருந்தும்பி
> இன்குழல் ஊதும் பொழுது."

- பாடல் 15

திருந்திய அணிகளையுடையாய்! குருந்த மரத்தின் பூங்கொத்துக்களின் உள்ளிடமே தமக்கு உறைவிடமாக இருந்து இனிய இளி என்னும் பண்ணை வண்டுகள் பாட கரிய தும்பிகள் இனிய குழல் ஊதும் இக்காலத்தில் நம் கணவர் நம்மை நீங்கியிருக்க மாட்டார்.

> "வீறுகால் வேந்தன் வினையும் முடிந்தன
> ஆறும் பதம்இனிய வாயின் - ஏறோடு
> அருமணி நாகம் அனுங்கச் செரு மன்னர்
> சேனை போல் செல்லும் மழை"

- பாடல் 20

சிறப்பமைந்த அரசனுடைய போர்த் தொழில்களும், முற்றுப் பெற்றன. வழிகளும் செவ்விய இனியவாயின. மேகங்கள்அரிய மணியையுடைய பாம்புகள் வருந்துமாறு இடியுடனே போர் புரியும் வேந்தரின் சேனை போலச் செல்கின்றன. ஆதலால் நாம் செல்லக் கடவேம்.

"எல்லா வினையும் கிடப்ப எழுநெஞ்சே
கல்லோங்கு கானம் களிற்றின் நாறும்
பல்லிருங் கூந்தல் பணிநோனாள் கார்வானம்
மெல்லவும் தோன்றும் பெயல்"

- பாடல் 24

(இதன் பொருள்) மலைகள் உயர்ந்த காடுகளில் யாயையின் மதம் நாறும். கரிய வானத்தின் கண் மழை மென்மையாகத் தோன்றும். ஆதலால் கரிய கூந்தலை யுடையவள் இனி பொறுக்க மாட்டாள். மனமே எல்லா வேலைகளும் கிடக்கட்டும். நீ போதற்கு எழு, இது தலைமகன் நெஞ்சோடு சொல்லியது.

"கடாஅவுக பாகதேர் காரோடக் கண்டே
கெடாஅப் புகழ்வேட்கைச் செல்வர் மனம்போல்
படாஅ மகிழ்வண்டு பாண்முரலும் கானம்
பிடாஅப் பெருந்தகை நன்கு."

- பாடல் 32

(குறிப்பு : உயிரளபெடைகள் வந்துள்ளன.)

இதன் பொருள் : அழியாப் புகழை விரும்புகின்ற செல்வரது மனத்தைப் போல் மகிழ்ச்சியுடைய வண்டுகள் காட்டின் கண் பிடவமாகிய பெருந்தகையாரிடத்து நன்றாக இசைபாடும். பாகனே மேகம் ஓடுதலைக் கண்டு தேரை விரைவாய்ச் செலுத்துவாயாக. பிடவம் - ஒரு செடி.

> "கடல் நீர் முகந்த கமஞ்சூல் எழிலி
> குடமலை யாகத்துக் கொள்ளப்பு இறைக்கும்
> இடமென ஆங்கே குறிசெய்தேம் பேதை
> மடமொழி எவ்வங் கெட."
>
> - பாடல் 33

கடல்நீரை முகந்த மேகம் மேற்கு மலையிடத்து தான் கொண்ட நீரினைச் சொரியும் சமயம் என்று அப்பொழுதே பேதையாகிய தலைவியினது வருத்தம் நீங்க மீளும் காலத்திற்குக் குறி செய்தோம். ஆதலால் தேரினை விரைவில் செலுத்துக.

> "கருங்கடல் மேய்ந்த கமஞ்சூல் எழிலி
> இருங்கல் இறுவரை ஏறி உயிர்க்கும்
> பெரும்பதக் காலையும் வாரார்கொல் வேந்தன்
> அருந்தொழில்வாய்த்த நமர்."
>
> - பாடல் 37

கரிய கடலின் நீரைக் குடித்த சூல் கொண்ட மேகம் மலையின் மேல் ஏறியிருந்து நீரைச் சொரியும் தக்க சமயத்திலும் அரசனது போர்த் தொழில் வாய்க்கப் பெற்ற நம் தலைவர் வாராதிருப்பாரோ? வாய்த்த என்றதனால் தப்பாது வென்றிருப்பார் என்பதாம். இது தோழி கூற்று.

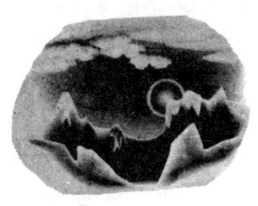

7

களவழி நாற்பது

ஆசிரியர் : பொய்கையார்

முன்னுரை

களவழி நாற்பது பதினெண் கீழ்க்கணக்கு நூல்களுள் ஒன்று. இதன் ஆசிரியர் பொய்கையார். சோழன் ஒருவன் ஒரு சேர மன்னனை வென்ற வெற்றிச் சிறப்பைப் பாடியதே களவழி நாற்பது.

களவழி இருவகைப்படும். இவற்றுள் முன்னது உழவர் விளையுட் காலத்துக் களத்துக்கள் செய்யும் செய்கை. பின்னது அரசர் போர்க்களத்துச் செயல்கள். களத்தினிடம் நிகழும் நிகழ்ச்சியைப் பாடும் செய்யுளைக் களவழியென்பது ஆகு பெயர். பிற்கூறிய களவழிச் செய்யுட்களைப் புலவர் தேரேறி வந்து பாடுவர் என்பர்.

இந்நூலில் யானைப் போர் மிகுத்துக் கூறப்படுகின்றது. இந்நூலின் பாக்கள் சொற்சொறிவும் பொருட் பொலிவும் கொண்டவை. கற்போர்க்குக் கழிபேரின்பம் தருவன. இந்நூல் ஆசிரியர் கி.பி. மூன்றாம் நூற்றாண்டினர். இவர் சங்க காலப் பொய்கையார் அல்லர்.

இந்நூலின் ஆசிரியர் படிப்பவர் துணுக்குறும்படி நால்வகைப் படைகளின் போர்த் திறத்தையும், போர்க் கொடுமையையும், திறம்பட வருணிக்கிறார். கார்த்திகை

விழாவை இவ்வாசிரியர் சிறப்பித்துப் பாடுகிறார். புறப் பொருள் அமைந்த நூலாகும் இது.

“உருவக் கடுந்தேர் முருக்கிமற் றத்தேர்ப்
பரிதி சுமந்தெழுந்த யானை - இரு விசும்பில்
செல்சுடர் சேர்ந்த மலைபோன்ற செங்கண்மால்
புல்லாரை சுட்ட களத்து.”

- பாடல் 4

செங்கட் சோழன் பகைவரைக் கொன்ற போர்க் களத்தில் கடிய தேரைச் சிதைத்து, தேர்ச் சக்கரத்தைச் சுமந்தெழுந்த யானைகள் பெரிய வானத்தில் செல்லும் சூரியன் மறையும் மாலை செவ்வானத்தை ஒத்தன.

“தெரிகணை எஃகம் திறந்தவாய் எல்லாம்
குருதி படிந்துண்ட காகம் - உருவிழந்து
குக்கிற் புறத்த சிரல்வாய செங்கண் மால்
தப்பியார் அட்ட களத்து.”

- பாடல் 5

செங்கட் சோழன் பிழைத்தாரைக் கொன்ற போர்க் களத்தில் அம்புகளாலும், வேல்களாலும் திறக்கப்பட்ட எல்லாப் புண்களிலிருந்தும் ஒழுகும் குருதியிற் படிந்து உண்ட காகங்கள் தம் நிறத்தை இழந்து செம்போத்தின் நிறம் பெற்று மீன் கொத்தி போன்ற வாயையுடைய வாயின.

“அஞ்சனக் குன்றேய்க்கும் யானை அமருழக்கி
இங்கு விலகக்குன்றே போல்தோன்றும் - செங்கண்
வரிவரால் மீன்பிறழும் காவிரி நாடன்
பொருநரை அட்ட களத்து.”

- பாடல் 7

வரால் மீன் பிறழும் காவிரி நாடன் தன்னோடு போர்

செய்வாரைக் கொன்ற போர்க்களத்தில் நீல மலையைப் போன்ற யானைகள் போரின் சுனை கலங்கி சாதிலிங்க மலையைப் போல் சிவந்து தோன்றும்.

பஃறொடை வெண்பா

"கழுமிய ஞாட்பினுள் மைந்திகந்தர் இட்ட
ஒழிமுரசம் ஒண்குருதி ஆடித் - தொழில்மடிந்து
கண்காணா யானை புதைப்ப விழுமென
மங்குல் மழையின் அதிரும் அதிராப்போர்ச்
செங்கண்மால் அட்ட களத்து."

- பாடல் 11

கலங்காத போரையுடைய செங்கட் சோழன் கொன்ற போர்க்களத்தில் போரில் வலியிழந்தவர்கள் போகவிட்ட ஒழிந்த முரசம் ஒள்ளிய உதிரத்தில் படிந்து, தம் தொழிலைத் தவிர்த்து கட்புலன் இழந்த யானைகள் உதைத்தலால் மேகம் போல முழங்கின.

"பருமம் இனமாக் கடவித் தெரிமறவர்
ஊக்கி எடுத்த அரவத்தின் ஆர்ப்பஞ்சாக்
குஞ்சரக் கும்பத்துப் பாய்வன குன்றுஇவரும்
வேங்கை இரும்புலி போன்ற புனல்நாடன்
வேந்தரை அட்ட களத்து"

- பாடல் 16

புனல்நாடன் பகை மன்னரைக் கொன்ற போர்க் களத்தில் பிடரி சிலிர்த்த திரண்ட குதிரைகள் வீரத்தை உடையரால் நடத்தப்பட்டு மனஎழுச்சி மிக்கு அஞ்சாத யானைகளின் மத்தகத்தில் பாய்கின்றவை மலையின் கண் பாய்கின்ற பெரிய வேங்கைப் புலியை ஒத்தன.

"ஆர்ப்பெழுந்த ஞாட்பினுள் ஆள்ஆள் எதிர்த்தோடித்
தாக்கி எரிதர வீழ்தரும் ஒண்குருதி
கார்த்திகைச் சாற்றில் கழிவிளக்கைப் போன்றவே

போர்க்கொடித் தானைப் பொருபுனல் நீர்நாடன்
ஆர்த்தார் அட்ட களத்து."

- பாடல் 17

போர்க்கொடி படையினையுடைய நீர்நாடன் ஆர வாரித்து, போரில் பகைவரைக் கொன்ற களத்தில் ஆர வாரம் மிகுந்த போரின் கண் ஆளும், ஆளும் எதிர் சென் றோடி படைகளை வீசுதலால் சொரிகின்ற உதிரம் கார்த் திகை விழாவில் மிக்க விளக்கினை ஒத்தன. சாறு - விழா.

"இடைமருப்பின் விட்டெறிந்த எஃகம் காழ்மூழ்கிக்
கடைமணி காண்வரத் தோற்றி - நடைமெலிந்து
முக்கோட்ட போன்ற களிறெல்லாம் நீர்நாடன்
புக்கமர் அட்ட களத்து."

- பாடல் 19

நீர்நாடன் போரில் புகுந்து பகைவரைக் கொன்ற போர்க்களத்தில் யானைகளின் கொம்பின் நடுவே விட்டெ றிந்து வேல் கம்பு குளித்தலால் அவ்வேலின் கடை மணி விளங்க யானைகள் எல்லாம் தோன்றி நடை தளர்ந்து மூன்று கொம்புகளையுடைய யானைகளை ஒத்தன.

"ஓடா மறவர் எறிய நுதல் பிளந்த
கோடேந்து கொல்களிற்றுக் கும்பத்து எழிலோடை
முன்னுக் கொடியின் மிளிரும் புனல்நாடன்
ஒன்னாரை அட்ட களத்து"

- பாடல் 31

புனல்நாடன் பகைவரைக் கொன்ற போர்க் களத்தில் புறங்கொடாத வீரர்கள் வேலை எறிதலால் நெற்றி பிளந்த யானையின் மத்தகத்தில் கட்டிய அழகிய பட்டம் மேகத்தில் மின்னற் கொடி போல் ஒளி செய்யும்.

8
திணைமொழி ஐம்பது

ஆசிரியர் : கண்ணன் சேந்தனார்
முன்னுரை

திணைமொழி ஐம்பது என்னும் இந்நூல் பதினெண் கீழ்க்கணக்கு நூல்களுள் ஒன்று. இதன் ஆசிரியர் கண்ணன் சேந்தனார். இவரது காலம் கி.பி. நான்காம் நூற்றாண்டு.

அகப் பொருள் துறைகளில் அமைந்த ஐம்பது பாக்களையுடையது இந்நூல். குறிஞ்சி, பாலை, முல்லை, மருதம், நெய்தல் என்னும் வைப்பு முறையில் அமைந்த ஐந்திணைப் பகுதிகளை உடையது. திணையொன்றுக்குப் பத்துப் பாக்களாக ஐந்திணைகட்கும் ஐம்பது பாக்களைக் கொண்டுள்ளமையால் இந்நூல் 'திணைமொழி ஐம்பது' என்னும் பெயர் பெற்றது. இவை யாவும் வெண்பாக்களே. இப்பாக்கள் அனைத்தும் சங்க நூற் பாக்கள் போன்று சுருங்கிய சொற்களால் பெரும் பொருள் விளக்கும் பெற்றியுடையன. ஆதலின் நச்சினார்க்கினியார் போன்ற உரையாசிரியர்களால் எடுத்தாளும் சிறப்புப் பெற்றன.

நுண்ணிய கருத்துக்களால் எண்ணரிய இன்பம் பயக்கும் இனிய பாக்களைக் கொண்டு மிளிர்வது திணைமொழி ஐம்பது. இந்நூலை வாசகர்கள் படித்து இன்புறுவார்களாக.

குறிஞ்சி

"யானை உழலும் மணிகிளர் நீள்வரைக்
கானக வாழ்க்கைக் குறவர் மகளிரேம்
ஏனனுள் ஐய வரவுமற்று என்னைகொல்
காணினும் காய்வர் எமர்."

- பாடல் 6

ஐயனே! யானைகள் அலைந்து திரியும் மலைகள் சூழ்ந்த குறிஞ்சி நிலத்தில் வாழும் வேடுவ மகளிராகிய எமது தினைப்புனத்தில் மேன்மகனாகிய நீர் வருதல் யாது பயன் கருதி? எம்மவராகிய வேடுவர் உம்மைக் காணவும் நீர் இங்கே ஏன் வந்தீர் என்று கேட்கவும் நேர்ந்ததால் சினந்து உமக்குத் தீங்கு செய்வர். ஆதலின் நீர் இங்கு வருதல் வேண்டாம் என்று தோழி தலைவனிடம் கூறினாள்.

"வேங்கை மலர வெறிகமழ் தண் சிலம்பின்
வாங்கமை மென்தோள் குறவர் மகளிரேம்
சோர்ந்து குருதி ஒழுகமற்று இப்புறம்
போந்ததுகில் ஐய களிறு"

- பாடல் 8

பெருமானே! வேங்கை மரங்கள் பூத்துமிக குலுங்க அதனால் மணங் கமழும் குளிர்ந்த இம்மலைச் சாரலின் கண் வளைந்த மூங்கில் போன்ற மென்தோள் குறப் பெண்களாகிய நாங்கள் வாழும் இப்பக்கத்தில் ஆண் யானை உதிரம் ஒழுகுமாறு வரவில்லை. ஆதலின் நீர் இங்கு தாமதியாமல் வேற்றிடம் செல்வீராக என்று தோழி தலைவனிடம் கூறினாள்.

பாலை

"கருங்கால் மராஅம் நுணாவோடு அலர
இருஞ்சிறை வண்டினம் பாலை முரள

அரும்பிய முள்எயிற்று அஞ்சொல் மடவாய்
விரும்புநாம் செல்லும் இடம்."

- பாடல் 16

சிறிய பற்களையும் அழகிய சொல்லையும் உடைய இளம்பெண்ணே! நாம் செல்லும் இவ்வழி, கரிய அடியையுடைய மராமரம் நுணாமரத்தோடு சேர்ந்து மலரப் பெற்றும், வண்டுக் கூட்டங்கள் பாலைப்பண்ணைப் பாடப் பெற்றும் நம்மை அன்புடன் வரவேற்பதைக் காண்பாய் என்று தலைவன் தலைவியிடம் கூறினான்.

"கலையொடு மான் இரங்கும் கல்லதர் அத்தம்
நிலை அஞ்சி நீள்சுரத்து அல்குவர்கொல் தோழி
முலையொடு சோர்கின்ற பொன்வண்ணம் அன்னோ
வளையோடு சோரும்என் தோள்."

- பாடல் 19

தோழியே! பொன் போன்ற என் மேனி அந்தோ! முலைகளோடு சோர்கின்றன. என் தோள்கள் வளையல் களுடன் வாடுகின்றன. அங்ஙனமிருக்க ஆண் மான்க ளோடு பெண் மான்கள் நீர் இன்மையால் வருந்துகின்றன. கற்கள் நிரம்பிய அவ்வழியை நம் காதலர் கண்டு அச்ச முற்று அப்பாலையின் கண் தங்குவரோ விரைந்து மீள்வர் என்று தலைமகள் தோழியிடம் கூறினாள்.

முல்லை

"செஞ்சுணங்கின் மென்முலையாள் சோர்பசலை தீர்இஃதோ
வஞ்சினம் சொல்லி வலித்தார் வருகுறியால்
வெஞ்சினம் பொங்கி இடித்துரறிக் கார்வானம்
தண்பெயல் கான்ற புறவு."

- பாடல் 24

செவ்விய தேமல் படர்ந்த மென் முலையாய் முகிலோடு இவ்விண்வெளி கொடிய சினத்தினால் நாற் புறமும் மிகுந்து நிறைந்து இடியோடு கூடி முழங்கி குளிர்ந்த மழையை முல்லை நிலத்தில் பெய்தன. இக்கார் காலம் உறுதிமொழிகளைக் கூறிச் சென்ற தலைமகனார் வருகின்ற அடையாளமாகும். ஆதலின் பிரிவினால் உண் டாகிய பசலையினின்றும் நீங்கி மகிழ்வாயாக என்று தோழி தலைவியிடம் கூறினாள்.

"இருங்கடல் மாந்திய ஏர்கொள் எழிலி
கருங்கொடி முல்லை கலின முழங்கிப்
பெரும்பெயர் தாழப் பெயர்குறி செய்தார்
பொருந்த நமக்குரைத்த போழ்து."

- பாடல் 26

தலைவியே! நம் காதலர் பெரிய கடலைப் பருகிய முகில்கள் முல்லைச் செடிகள் அரும்புகளோடு காணும் வண்ணம் ஒலித்துக் கொண்டு பருவ மழையைப் பெய் யும்படியாக தாம் திரும்பி வருவதற்குரிய அடை யாளத்தைச் சொல்லிக் காட்டியுள்ளார். மேலும் பிரிவால் வாடிய நம் மனத்தில் பதியும்படியாகத் திரும்பி வருவதாகச் சொல்லிச் சென்ற காலமும் இதுவே. ஆதலின் மயங்காதே என்று தோழி தலைவியிடம் கூறினாள்.

மருதம்

"செந்நெல் விளைவய லூரன் சிலபகல்
தன்னலம் என்அலார்க்கு ஈயான் எழுபாண
பாரித்த அல்குல் பணைத்தோளார் சேரியுள்
வாரிக்குப் புக்குநின் றாய்"

- பாடல் 34

பாணரே! செவ்விய நெல்விளையும்படியான மருத நிலத் தலைவன் முன்பு சில காலம் தன்னால் ஆகிய இன் பத்தை அயலார்க்குக் கொடாதவனாய் நிறை கொண் டிருந்தான். இப்போது பரத்தையரது சேரியில் புகுந்து இன்பம் நுகர்கின்றான். அக்காரணத்தை அங்குச் சென்று ஆராய்வாயாக. இவ்விடத்தை விட்டுப் புறப்படு என்று தலைமகள் பாணனிடம் கூறினாள்.

"செந்தா மரைஅலரும் செய்வயல் நல்லூர
நொந்தான்மற்று உன்னைச் செயல்படுவது என்னுண்டாம்
தந்தாயும் நீயே தரவந்த நன்னலம்
கொண்டாயும் நீ ஆயக் கால்."

- பாடல் 36

தாமரைப் பூக்கள் பூத்துள்ள கழனிகள் சூழ்ந்த நல் லூரனே! பரத்தையிற் பிரிந்த நின்னை வருத்தமுற்றுக் கோபித்தலால் என்ன பயன்? மேலும் தலைமகட்கு இன் பம் தந்தவனும் நீயே ஆவாய். நீ கொடுத்த நல்லழகைப் பிரிவால் எடுத்துக் கொண்டவனும் நீயே. ஆகையால் நின்பால் நாங்கள் யாது குறை சொல்லக்கூடும் என்று தலைவனிடம் தோழி கூறினாள்.

நெய்தல்

"நெய்தல் படப்பை நிறைகழித் தண்சேர்ப்பன்
கைதைசூழ் கானலுள் கண்டநாள் போலா னாள்
செய்த குறியும்பொய் யாயின் ஆயிழையாய்,
ஐயகொல் ஆன்றார் தொடர்பு"

- பாடல் 41

தலைவியே! நெய்தல் பூக்கள் நிறைந்த கொல்லைகள் மிகுந்துள்ள கடல் கால்வாய்களை உடைய குளிர்ந்த கடற்

கரைத் தலைவன் தாழை மரங்கள் சூழ்ந்துள்ள சோலை யில் முன்பு அவன் நம்மைக் கண்ட நாளில் காணப்பட் டது போன்று காணப்படலாயினான். அவனாற் செய் யப்பட்ட இரவுக் குறிகளும் பொய்யாயின. நட்பு இங் ஙனம் ஐயத்திற்கு இடமாய் நிலையாது போகும் போலும் என்று தோழி தலைவியிடம் கூறினாள்.

“பவளமும் முத்தும் பளிங்கும் விரைஇப்
புகழக் கொணர்ந்து புறவுஅடுக்கும் முன்றில்
தவழ்திரைச் சேர்ப்பன் வருவான்கொல் தோழி
திகழும் திருஅமர் மார்பு!”

- பாடல் 50

தலைவியே! பவழத்தையும், முத்தையும் படிகத்தை யும் கலந்து கொண்டு வந்து கொல்லையிடத்துச் சேர்க்கும் அலைகளையுடைய சேர்ப்பன் மங்கலமாகிய மண வினை பொருந்தும்படி மார்பால் தழுவுதலாகிய இன்பத்தைத் தருதற்குரியனாய் வரமாட்டானா? என்று தோழி தலை மகளை வினவினாள்.

9
திணைமாலை நூற்றைம்பது

ஆசிரியர் : கணிமேதாவியார்

முன்னுரை

சங்க இலக்கியங்களை நாம் அகம், புறம் என இரண்டு பெரும் பிரிவுகளாகப் பிரிக்கலாம். அவற்றுள் அகம் என்பது மனத்தின் கண்ணே நிகழும் உணர்ச்சிகளையும், எண்ணங்களையும் சித்தரித்துக் காட்டும் பாடல்களேயாம்.

புறம் என்பது புறத்தே நடக்கும் காரியங்களை விளக்கிக் காட்டும் பாடல்களேயாம். தலைவன், தலைவி யாகிய இருவர் பால் நிகழும் உள்ளுணர்ச்சிகளைச் சொல் ஓவியமாகக் கவின் பெறக் காட்டியவர்கள் நம் சங்கத்துச் சான்றோர்கள். அகத்தே நிகழும் உள்ளுணர்ச்சிகளை, இயற்கையோடு சேர்த்துப் பின்னிப் பாடும் அருமை தமிழ் இலக்கியத்திற்கே சிறப்பாக அமைந்தது.

வாழ்க்கைக்கும் இயற்கைக்கும் உள்ள தொடர்பை அகத்துறைப் பாட்டின் வாயிலாக நம் பண்டைப் புலவர்கள் நன்கெடுத்துக் காட்டியிருக்கிறார்கள்.

பதினெண் கீழ்க்கணக்கு நூல்களுள் திணை மாலை நூற்றைம்பது ஒன்று. இந்நூலின் ஆசிரியர் கணிமேதாவி யார். இந்நூலின் திணை வைப்பு முறை குறிஞ்சி, நெய்தல், பாலை, முல்லை, மருதம் என அமைந்துள்ளது. இதன்

கண் நூற்றைம்பத்தி நான்கு பாடல்கள் உள்ளன. உரையாசிரியர்கள் இந்நூல் பாடல்களை எடுத்தாண்டுள்ளார்கள்.

இந்நூலில் உள்ளவை நான்கு அடிகளைக் கொண்ட வெண்பாக்களேயாயினும் சுருங்கச் சொல்லி பெரும் பொருள் பலவற்றை விரிக்கும் பெற்றியனவாகக் காணப் படுகின்றன.

குறிஞ்சி

நிலம் : மலையும், மலை சார்ந்த இடமும்

ஒழுக்கம் : புணர்தலும், புணர்தல் நிமித்தமும்

"வாடாத சான்றோர் வரவெதிர்க் கொண்டிராய்க்
கோடாது நீர்கொடுப்பின் அல்லது - கோடா
எழிலும் முலையும் இரண்டிற்கும் முந்நீர்ப்
பொழிலும் விலையாமோ போந்து"

- பாடல் 15

குறைவுபடுதல் இல்லாத சான்றோர்களது வருகையை ஏற்றுக் கொண்டவராய் உடம்பாடு கொண்டு நீர் வார்த்துக் கொடுத்தலாகிய மணமுறையில் மகளைக் கொடுத்தால் அல்லாமல் தளர்ச்சியுறாத நம் மகளின் கட்டழகும் முலைகளுமாகிய இரண்டினுக்கும் கடலாற் சூழப்பட்ட இவ்வுலகமும் பொருந்தியாக வந்து நின்று பரிசாகக் கொள்ளத்தக்கதாமோ?'' என்று நற்றாய் கூறினாள்.

"என்னாங்கொல் ஈடில் இளவேங்கை நாளுரைப்பப்
பொன்னாம்போர் வேலவர் தாம்புரிந்த - தென்னே
மருவியார் மாலை மலைநாடன் கேண்மை
இருவியாம் ஏனல் இனி"

- பாடல் 18

தகுதியில்லாத இளவேங்கை நாள் சொல்ல இளிக்குரல் இருவியாய்க் கழியும் தினையெல்லாம் எந்தையும் என் ஐயன்மாருமாகிய போர் வேலவர் இவளுக்குப் பரிசமாக மிக விரும்புகின்றது பொன்னாம். ஆதலால் பயிலப் பழகி வரும் தன்மையையுடைய மலை நாடன் கேண்மை இனி என்னாய் விளையும் கொல்லோ என்னே! என்று தோழி கூறினாள். வேங்கை மரம் பூத்தால் தினை முற்றி விட்டது என்பது அறிகுறி.

நெய்தல்

நிலம் : கடலும் கடல் சார்ந்த இடமும்

ஒழுக்கம் : இரங்கலும் இரங்கல் நிமித்தமும்

"தாமரை தான்முகமாத் தண்அடையீர் மாநிலம்
காமர்கண் ஆகக் கழிதுயிற்றும் - காமருசீர்த்
தண்பரப்ப பாயிருள் நீவரின்தாழ் கோதையாள்
கண்பரப்பப் காணீர் கசிந்து."

- பாடல் 34

கடற்கரைச் சோலைகள் பல பொருந்திச் சிறப்ப தளிர்ந்த கடற்பரப்பினையுடைய தலைவனே! தாமரை மலர்கள் தாமே முகமாகக் குளிர்ந்த இலையையுடைய ஈரத்தையுடைய மாநீல மலர்கள் காதலிக்கப்படும் கண்ணாகவும் கொண்டுள்ள கடற்கழிகளை உறங்குவிக்கும் பரவி நிற்கும் இருள் நிரம்பிய இரவில் நீ நாளை முதல் வருவாயாயின் நீண்ட கூந்தலையுடைய தலைவி வருந்தி கண்கள் நீரினை வெளியிட நீ காண்பாய் என்று தோழி தலைவனிடம் கூறினாள்.

"கடும்புலால் வெண்மணல் கானலுறு மீன்கண்
படும்புலால் பார்த்தும் பகர்தும் - அடும்பெலாம்

சாலிகை போல்வலை சாலம் பலவுணங்கும்
பாலிகை பூக்கும் பயின்று”

- பாடல் 51

புலால் நாற்றம் வீசும் வெண் மணல் தண் கழிக் கானலின்கண் இருந்து, நாங்கள் ஆங்கடுத்த மீனாகிய படு புலாலின் கண் புள் திரியாமல் பார்ப்போம். அவற்றை விற்பதையும் செய்வோம். அக்கானலின்கண் அடும் பெல்லாம் வலைகளும் உலரும். அவ்விடமே பகற்குறி இடமாகும் என்று தோழி தலைவனுக்குக் குறிப்பாகக் கூறினாள்.

பாலை

நிலம் : குறிஞ்சியும், முல்லையும் திரிந்த மணல்வெளி

ஒழுக்கம் : பிரிதலும் பிரிதல் நிமித்தமும்

“அஞ்சுடர்நீள் வாண்முகத்து ஆயிழையும் - மாநில
வெஞ்சுடர்நீள் வேலானும் போதரக்கண்டு - அஞ்சி
ஒரு சுடரும் இன்றி உலகுபா ழாக
இருசுடரும் போந்தனஎன் றார்.”

- பாடல் 71

அழகிய மதிபோன்ற நீண்ட ஒளியையுடைய முகத் துடன் கூடிய தலைவியும், எதிரில்லாத வெஞ்சுடர் நீள் வேலையுடைய தலைவனும் இச்சுரத்தில் செல்வதைப் பார்த்து அச்சமுற்று இரு சுடருள் ஒரு சுடரும் இன்றியே உலகம் பாழாம் வகை இரு சுடரும் அச்சுரத்தின் கண்ணே போயின என்று கேள்விப்பட்டோர் சிலர் செவிலியை எதிர்ப்பட்டுக் கூறினார்கள்.

“ஒருகை இருமருப்பின் மும்மதமால் யானை
பருகுநீர் பைஞ்சுனையில் காணாது - அருகல்

வழிவிலங்கி வீழும் வரைஅத்தம் சென்றார்
அழிவிலார் ஆக அவர்."

- பாடல் 78

துதிக்கை ஒன்றையும் இரண்டு கொம்புகளையும் மூன்று மதங்களையும் கொண்ட பெரிய யானைகள் சுனையில் குடிக்கத் தண்ணீர் கிடைக்காமல் மேலும் நடக்க மாட்டாது தளர்ந்து கிடக்கும் மலைகளையுடைய பாலை நில வழியில் சென்றவராகிய நம் தலைவர் எவ்வகை இடையூறும் இன்றிச் செவ்வனே திரும்புவராக என்று தோழிக்குத் தலைமகள் கூறினாள்.

முல்லை

நிலம் : காடும் காடு சார்ந்த இடமும்.

ஒழுக்கம் : ஆற்றி இருத்தலும் அதன் நிமித்தமும்

"கருங்கடல் மாந்திய வெண்தலைக் கொண்டூ
இருங்கடல்மா கொன்றான்வேல் மின்னிப் - பெருங்கடல்
தன்போல் முழங்கித் தளவம் குருந்தனைய
என்கொல் யான் ஆற்றும் வகை

- பாடல் 93

கரிய கடலின் கண் புகுந்து நீரினை நிறையவுண்ட வெண்மையான தலைப் பாகத்தைக் கொண்ட மேகங்கள் பெரிய கடலினிடத்துப் புகுந்து மாமர வடிவு கொண்ட சூரபன்மனை வெட்டி வீழ்த்திய முருகப் பெருமானின் வேலைப் போன்று மின்னி அலைகள் ஒன்றோடு ஒன்று மோதிக் கொள்ளும் கடலைப் போல இடித்து ஆரவாரித்தலால் செம்முல்லைக் கொடிகள் தழைத்து அடுத்துள்ள குருந்த மரத்தைத் தழுவிப் படரும் படியாக வந்த கார்ப் பருவத்தைக் கண்டு நான் பொறுக்கு மாறு எம்முறை

யிலோ அறியேன் என்று தலைவி தோழியிடம் கூறினாள்.

"கருவுற்ற காயாக் கணமயிலென் றஞ்சி
உருமுற்ற பூங்கோடல் ஒடி - உருமுற்ற
ஐந்தலை நாகம் புரையும் மணிக்கார்தான்
எந்தலையே வந்தது இனி"

- பாடல் 107

அன்புள்ள தலைவியே! கருக்கொண்டு பூத்துள்ள காயாம்பூச் செடியின் திரட்சியை ஆண் மயில் என்று நினைத்து பயந்து இருந்த இடத்தை விட்டுப் பின் வாங்க லுற்ற ஐந்தலை நாகம் இடியினால் தாங்குதல் உற்ற வெண் காந்தளின் அருகில் அதனையொத்துக் காணும்படியான இந்த அழகிய கார்ப் பருவம் இங்கேயே குறிக்கொண்டு வருந்தும் பொருட்டு வந்துவிட்டது என்று தோழி தலை வியிடம் கூறினாள்.

மருதம்

நிலம் : வயலும், வயல் சார்ந்த இடமும்.

ஒழுக்கம் : ஊடலும் ஊடல் நிமித்தமும்

"செவ்வழியாழ்ப் பாண்மகனே! சீரார்தேர் கையினால்
இவ்வகை ஈர்த்துய்ப்பான் தோன்றாமுன் - இவ்வழியே
ஆடியான் ஆய்வயல் ஊரான்மற்று எங்கையர்தோள்
கூடினான் பின்பெரிது கூர்ந்து."

- பாடல் 124

செவ்வழிப் பண்பாடும் பாணனே! மருத நிலத்தலை வன் சிறு தேரைக் கைகளால் இழுத்துச் சென்று விளை யாடுகின்ற என் மகன் பிறப்பதற்கு முன் இம்மனை யிடத்தில் இருந்தான். மகன் பிறந்த பின்பு பரத்தையர் களின் தோள்களில் படிந்து மிகவும் விரும்பி புணர்ந்து

மகிழலா யினன். ஆதலால் நான் தலைவனுக்குத் தக்க தலைவியல் லேன் என்று தலைவி பாணனிடம் கூறினாள்.

“தண்கயத்துத் தாமரைநீள் சேவலைத் தாழ்பெடை
புண்கயத் துள்ளும் வயலூர - வண்கயம்
போலும்நின் மார்பு புளி வேட்கைத்து ஒன்றுஇவள்
மாலும்மா றாநோய் மருந்து”

- பாடல் 142

குளிர்ந்த குளத்தில் தாமரைப் பூவிலுள்ள ஆண் அன்னப் பறவையைக் கீழ்படிதலுள்ள பெண் அன்னப் பறவை நீரிலிருந்து நிலைக்கும்படியான மருத நிலத் தலைவனே! குளத்தினைப் போன்ற உனது மார்பு நின்னோடு கூடி வாழும் இவளது நீங்காத காம நோய்க்கு மருந்தாகி புளியம் பழத்தினிடம் மக்கள் கொள்ளும் விருப்பம் போன்றது என்று தோழி தலைவனிடம் கூறினாள்.

10

ஐந்திணை ஐம்பது

ஆசிரியர் : மாறன் பொறையனார்

முன்னுரை

காதல் மென்மையும் வீரத்தில் தினவெடுத்த தோள் களுமாக பண்டைக் காலத் தமிழ்மக்கள் வாழ்ந்தார்கள். வீரம் வெளிப்படுவதற்கான வாய்ப்பு வாழ்வில் போர் முனையில் சந்திக்க நேர்ந்தபொழுதே அமைவதாகும். ஆனால் காதலோ வாழ்வில் பெரும் பகுதியில் அமைந்த ஒன்றாகும். ஆதலினால்தான் தமிழ் இலக்கியங்களில் அகப் பொருள் பற்றிய நூல்கள் அதிகமாயுள்ளன.

பதினெண் கீழ்க்கணக்கு நூல்களுள் ஐந்திணை ஐம்பது ஒன்று. இதன் ஆசிரியர் மாறன் பொறையனார். இவர் கி.பி. நான்காம் நூற்றாண்டினர். இந்நூல் முல்லை, குறிஞ்சி, மருதம், பாலை, நெய்தல் போன்ற வைப்பு முறையில் அமைந்த ஐந்திணைப் பகுதிகளையுடையது. ஒவ்வொரு திணைக்கும் பத்துப் பாக்களாக ஐந்து திணைகட்கும் ஐம்பது பாக்களைக் கொண்டது. இதிலுள்ள வெண் பாக்கள் மிடுக்கான நடையும் மேலான பொருள் வளமும் கொண்டவை.

இந்நூல் ஆசிரியர் சமயப் பொதுநோக்குடையவர். வாசகர்கள் படித்துப் பயன் பெறுவார்களாக.

பாயிரம்

"பண்புள்ளி நின்ற பெரியார் பயன்தெரிய
வண்புள்ளி மாறன் பொறையன் புணர்த்தி யாத்த
ஐந்திணை ஐம்பதும் ஆர்வத்தின் ஓதாதார்
செந்தமிழ் சேரா தவர்."

(இதன் பொருள்) கணக்கில் தேர்ச்சியுள்ள மாறன் பொறையன் என்ற புலவர் பெருமான் மக்கட் பண்புகளை ஆராய்ந்தறிய உயர்ந்தோராகிய உலக மக்கள் நூற் பயனாகிய அகப் பொருள்களின் நுட்பங்களை விளக்குகிறார். ஐந்து ஒழுக்கங்களையும் அறியாத மக்கள் தமிழ் மொழியின் பெரும் பயனை அடையப் பெறாதவர்களாவர்.

முல்லை

"அணிநிற மஞ்ஞை அகவ இரங்கி
மணிநிற மாமலைமேல் தாழ்ந்து - பணிமொழி
கார்பீர்மை கொண்ட கலிவானம் காண்தொறும்
பீர்நீர்மை கொண்டன தோள்."

- பாடல் 2

தோழியே! அழகிய மயில்கள் கூவியழைக்கும்படி இடித்து முழங்கி பெரிய மலைகளில் படிந்து மழை பெய்யும் போல் காணப்பட்ட கார்மேகத்தை நான் காணும் போது ஆற்றாமை மிகுந்து என் தோள்கள் பீர்க்கம்பூ நிறத்தில் பசலை பெற்று விளங்கின என்று தலைவி தோழியிடம் கூறினாள்.

"வருவர் வயங்கிழாய் வாள்ஒண்கண் நீர்கொண்டு
உருகி உடன்றழிய வேண்டா - தெரிதியேல்
பைங்கொடி முல்லை அவிழ் அரும்பு ஈன்றன
வம்ப மறையுறக் கேட்டு"

- பாடல் 9

தலைவியே! ஆராய்ந்து பார்த்தால் காலம் அல்லாத காலத்தில் மேகங்கள் கூடி முழங்க முல்லைக் கொடிகளில் மலரும் பருவத்தையுடைய மொட்டுக்கள் தெரியாமல் பூத்தன என்பது தெரியும். ஆகவே அவர் குறித்த கார்ப் பருவம் வரும்போது தவறாது வந்து சேர்வார். ஆதலின் நின் கண்கள் நீர் பெருகத் துன்புற வேண்டாம் என்று தோழி தலைவிக்கு வற்புறுத்திக் கூறினாள்.

குறிஞ்சி

"மால்வரை வெற்ப வணங்குகுரல் ஏனல்
காவல் இயற்கை ஒழிந்தோம்யாம் - தூ அருவி
பூக்கண் கழூஉம் புறவிற்றாய்ப் பொன்விளையும்
பாக்கம் இதுஎம் இடம்."

- பாடல் 12

பெரிய மலைநாட்டுத் தலைவனே! முதிர்ந்து வளைந்த கதிர்களையுடைய தினைப் புனத்தைக் காவல் செய்கின்ற பணியை விட்டுப் போகின்றோம்.

நீர் வீழ்ச்சிகள் பூக்களின் உள்ளிடங்களைக் கழுவிக் கொண்டு செல்லும்படியான காட்டினால் சூழப்பெற்ற தாய் பொருட் செல்வமிக்க இவ்வூர் எமது இல்லம் அமைந்த இடமாகும் என்று தோழி தலைவனுக்குச் சொன்னாள்.

"நெடுமலை நன்னாட! நீள் வேல் துணையாக
கடுவிசை வாலருவி நீந்தி - நடுஇருள்
இன்னா அதர்வர ஈர்ங்கோதை மாதராள்
என்னாவாள் என்னும் என் நெஞ்சு

- பாடல் 19

உயர்ந்த மலைநாட்டுத் தலைவனே! நீண்டவேல் ஒன்றையே துணையாகக் கொண்டு விரைந்து ஓடும்

அருவிகளைக் கடந்து நள்ளிரவில் நீந்தி வரும் வழியை நினைத்தால் நின் காதலி என்ன நிலையை அடைவாளோ? என்று என் நெஞ்சு ஐயுறுகிறது என்று தோழி தலைவனை நோக்கிக் கூறினாள்.

மருதம்

"அழல்அவிழ் தாமரை ஆய்வய லூரன்
விழைதரு மார்பம் உறுநோய் - விழையின்
குழலும் குடுமிஎன் பாலகன் கூறும்
மழலைவாய் கட்டுரை யால்

- பாடல் 25

சுடர் விடும் தாமரை மலரும் வயலூரனது மார்பு. இளஞ்சிகையையுடைய என் சிறுவன் பேசும் குதலை வாயிலிருந்து வெளிப்படும் சிறு மொழிகளால் என்னை விரும்பித் தலைவன் புணருமாயின் துன்புறும் என்று தலைவி கூறினாள். (தன் மகன் கூறும் மழலைச் சொற்களைக் கேட்க விழைந்தே வர எண்ணுகின்றான்; எனக்காக வரவில்லை, ஆதலால் அவனை யாம் வரவேற்க மாட்டோம்.)

"குளிரும் பருவத்தே யாயினும் தென்றல்
வளியெறியின் மெய்யிற்கு இனிதாம் - ஒளியிழாய்
ஊடி யிருப்பினும் ஊரன் நறுமேனி
கூடல் இனிதாம் எனக்கு"

- பாடல் 30

அணிகலன்களை அணிந்த தோழியே! குளிர்காற்று வீசும் மாரிக் காலமானாலும் தென்றல் வீசினால் நமது உடலுக்கு இன்பமாகும். அதுபோல நான் அவனைக் காணாத பொழுதெல்லாம் அவன் தவறு நினைந்து மாறுபட்டிருந்தாலும் கண்டபோது அத்தலைவன் பால் சிறிதும்

தவறு காண்கிலேன். ஆதலின் மணமிகுந்த மேனியைக் கூடிப் புணர்தலானது எனக்கு இன்பமாய் உள்ளது என்று தலைவி தோழியிடம் கூறினாள்.

பாலை

"விலங்கல் விளங்கிழாய் செல்லாரோ வல்லர்
அழற்பட்டு அசைந்தபிடியை - எழிற்களிறு
கற்சுனைச் சேற்றிடைச் சின்னீரைக் கையாற்கொண்டு
உச்சி ஒழுக்கும் சுரம்."

- பாடல் 32

அணிகலன்களை அணிந்த தலைவியே! காட்டுத் தீயில் அகப்பட்டு வருந்திய பெண் யானை மீது அன்பு கொண்டு ஆண் யானை மலைச் சுனையின் சேற்றோடு கூடிய சிறிதாய நீரைத் தன் துதிக்கையால் முகந்து வந்து பெண் யானையினது தலை உச்சியில் பெய்தற் கிடமான பாலை நில வழியில் தலைவர் செல்ல மாட்டார். ஆதலின் அவர் பயணத்தை நீ விலக்காதே. யானைகளின் அன்பின் திறம் தெரிந்தவன் நின்னைப் பிரியான். அன்பின் திறம் அறிந்து நம்மையும் மறவாதவராய்த் திரும்பி விடுவார்.

"தோழியர் சூழத் துறைமுன்றில் ஆடுங்கால்
வீழ்பவள் போலத் தளருங்கால் - தாழாது
கல்லதர் அத்தத்தைக் காதலன் பின்போதல்
வல்லவோ மாதர் நடை."

- பாடல் 37

என் மகளின் தோழிமார்கள் நாற்புறமும் சூழும்படி முற்றமாகிய துறையில் விளையாடும்போதும் விழுந்து விடுவாள் போன்று தளர்ந்து விடும். அவளுடைய மெல்லடிகள் கற்கள் நிறைந்த வழியாகிய அருஞ்சுரத்தில் தன் தலைவன் பின்னால் ஓய்ந்து போகாமல் செல்வதற்கு

வன்மையுடையன ஆகுமோ? என்று நற்றாய் வருந்திச் சொன்னாள்.

நெய்தல்

> "கொண்கன் பிரிந்த குளிர்பூம் பொழில் நோக்கி
> உண்கண் சிவப்ப அழுதேன் ஒளிமுகம்
> கண்டன்னை எவ்வம்யா தென்னக் கடல்வந்தென்
> வண்டல் சிதைத்ததென் றேன்"

- பாடல் 44

நம்மை இற்செறிக்கையால் நின் தலைவன் பிரிந்து போன சோலையைப் பார்த்து, கண்கள் சிவக்க, கண்ணீர் விட்டு நின்றேன். எனது முகத்தைச் செவிலித் தாய் பார்த்து, உனக்கு வந்த துன்பம் எப்படிப்பட்டது என்று கேட்க அதற்கு யான், கடலின் அலை கரை மீது மோதி வந்து எனது சிற்றிலை அழித்தது என்று சொன்னேன், என்று தோழி தலைவியிடம் சொன்னாள்.

> "ஓதம் தொகுத்த ஒலிகடல் தண்முத்தம்
> பேதை மடவார்தம் வண்டல் விளக்கயரும்
> கானலம் சேர்ப்ப! தகுவதோ என்தோழி
> தோள்நலம் தோற்பித்தல் நீ"

- பாடல் 46

அலைகள் வீசி கரையோரங்களில் சேர்த்து வைத்த முழங்குகின்ற கடலில் விளைந்த குளிர்ந்த முத்துக்களைச் சிறுபெண்கள் விளையாட்டு மனைக்கு விளக்குகளாகக் கொண்டு விளையாடுகின்ற கடற்கரைச் சோலைகளை யுடைய சேர்ப்பனே! தலைவியின் தோள்களின் நலத்தை மண வேட்கை மிகுதியால் மெலிவித்தல் தக்கதாமோ? என்று தோழி தலைவனை வினவினாள்.

11
ஐந்திணை எழுபது

ஆசிரியர் : மூவாதியார்

முன்னுரை

ஐந்திணை எழுபது என்னும் இந்த அகப்பொருள் நூல் பதினெண் கீழ்க்கணக்கு நூல்களுள் ஒன்று. ஒவ்வொரு திணைக்கும் பதினான்கு பாடல்கள் வீதம் எழுதப்பட்டுள்ளன. எனினும் 25, 26, 69, 70 என்னும் எண்ணுள்ள நான்கு பாடல்களும் மறைந்து போயின.

இந்நூலை இயற்றிய ஆசிரியர் மூவாதியார் என்னும் முதுபெரும் புலவர். இவரது காலம் கி.பி. ஐந்தாம் நூற்றாண்டு என்பர் ஆராய்ச்சியாளர். இந்நூலின் பாடல்கள் சில இளம்பூரணர், நச்சினார்க்கினியார் போன்ற உரையாசிரியர்களால் தொல்காப்பிய நல்லுரைக்கு மேற்கோள் பாக்களாக எடுத்தாளப் பெற்றுள்ளன.

காதலால் கட்டுண்ட இருவரது இல்வாழ்வு அகம். அதற்கு அன்பு இன்றியமையாதது. வெறும் காமம் அன்பாகாது. உணர்வும் உணர்ச்சியும் இயைந்த ஒரு நிலையே அன்பாகும். இயற்கையின் துணையால் தலைவனும், தலைவியும் ஒன்றுபடுகின்றனர்.

இவர்களது உள்ளுணர்ச்சி ஐவகைப்படும். அவை நட்பு, அன்பு, அருள், அறிவு, இரக்கம் என்பர். இவ்வுணர்

வால் நிகழும் நிகழ்ச்சிகளும் ஐவகைப்படும். அவை முறையே கூடல், இருத்தல், பிரிவு, ஊடல், ஆற்றாமை எனப்படும்.

இவ்உள்ளுணர்வைப் பெற்றவர் வாழ்வே நல்வாழ் வாகும். ஆதலால் அகப்பொருள் நூல்களைப் பயின்று வாழ்வாங்கு வாழ இந்நூல் பெரிதும் துணை புரியும்.

குறிஞ்சி

"சான்றவர் கேண்மை சிதையின்றாய் ஊன்றி
வலியாகிப் பின்னும் பயக்கும் மெலிவில்
சுயந்திகழ் சோலை மலைநாடன் கேண்மை
நயந்திகழும் என்னும்என் நெஞ்சு"

- பாடல் 4

தோழியே! சான்றோர் நட்பு பிறை மதிபோல் வளர்ந்து வலிமையுடையதாகி, நிலைபெற்று நிற்கும். நீர் நிலைகளை யுடைய சோலைகள் நிறைந்த நம் மலை நாடானது நட்பு குறைவுபடாதது. ஆதலால் என் மனம் அவர்பால் சென்றது என்று தலைவி தோழிக்குக் கூறினாள்.

"கேழல் உழுத கரிபுனக் கொல்லையுள்
வாழை முதுகாய் கடுவன் புதைத்தயரும்
தாழருவி நாடன் தெளிகொடுத்தான் என்தோழி
நேர்வளை நெஞ்சு ஊன்று கோல்."

- பாடல் 8

தகைசால் தலைவியே! கூறுகிறேன், கேட்பாயாக. சுட்டு சாம்பலாக்கப்பட்ட தினைப் புனத்தைப் பன்றிகள் கொம்புகளால் கிளறும் அங்கு வாழைக் காய்களை ஆண் குரங்குகள் கவர்ந்து வந்து பழுக்க, புதைத்து வைத்தன. புது வெள்ளம் பாய்ந்ததால் புதைத்த இடம் தெரியாமல் குரங்குகள் தடுமாறும். மலை நாடன் தலைவியின் உள்ளத்

தில் அன்பைப் பெருகச் செய்ததால் அவ் அன்பின் பயனாம் இல்லறத்தை அடைய வழி தெரியாமல் திகைக்கின்றான் என்றாள். இது தோழி தலைமகனை இயற்பழித்தது.

முல்லை

"செங்கதிர்ச் செல்வன் சினங்கரந்த போழ் தினால்
பைங்கொடி முல்லை மணங்கமழ - வண்டுஇமிரக்
காரோடு அலமரும் கார்வானம் காண்தொறும்
நீரோடு அலமரும் கண்-"

-பாடல் 15

தோழியே! கார்காலம் தொடங்கிவிட்டது. சூரியன் தனது சீற்றமாகிய வெப்பத்தை மறைத்துக் கொண்டான். முல்லைக் கொடிகள் மலர்ந்து மணம் கமழ்கின்றன. வண்டுகள் மதுவுண்டு மகிழ்கின்றன. விண்ணில் நீருண்ட மேகங்கள் காட்சியளிக்கும்போதெல்லாம் என் கண்கள் நீரைச் சிந்துகின்றன. அக்கார்கால மாலை என்னை இவ்வாறு வருத்துகின்றது என்று தலைமகள் தோழிக்குச் சொன்னாள்.

"கொன்றைக் குழலூதிக் கோவலர் பின்னிரைத்துக்
கன்றமர் ஆயம் புகுதர - இன்று
வழங்கிய வந்தன்று மாலையாம் காண
முழங்கிவில் கோலிற்று வான்."

-பாடல் 22

ஆருயிர்த் தோழியே! முல்லைக் காட்டில் வயிறார மேய்ந்த பசுக் கூட்டங்கள் தம் கன்றுகளை விரும்பி விரைந்து வருகின்றன. ஆயர்கள் கொன்றைக் குழல்களை ஊதிக் கொண்டு பின்னால் வருகின்றனர். மேகங்கள் தம்முள் மாறுபட்டு முழங்குகின்றன. வான வில்லினால் பெய்ய வேண்டிய இடத்தை வளைத்துக் கொண்டன. மழை பெய்யத் தொடங்கிவிட்டது. இவற்றைக் கண்டு

என் மனம் கவல்கின்றது என்று தோழியிடம் தலைவி கூறினாள்.

பாலை

"பொறிகிளர் சேவல் வரிமரல் குத்த
நெறிதூர் அருஞ்சுரம்நான் உன்னி - அறிலிட்டு
அலர்மொழி சென்ற கொடியக நாட்ட
வலனுயர்ந்து தோன்றும் மலை."

- *பாடல் 29*

தோழியே! தலைவர் பிரிந்து சென்ற பாலைவனத்தில் கொண்டையுடைய காட்டுக் கோழிகள் மருள் செடிகளைக் கொத்த செதில்கள் சிதைந்து சிந்தும். சிந்திய செதில்கள் வழியைத் தூர்த்தலால் வழிச் செல்வோர் கால்களைக் குத்தித் துன்புறுத்தும். அக்கொடுமையை நினைத்தால் நம் வருத்தம் மிகுநின்றது. நம் மெலிவைக் கண்டு ஏதிலார் அலர் தூற்றுகின்றனர். மலை மீதுள்ள கொடி நாற்றிசை யிலும் பரந்து ஒலிக்கின்றன என்று தலைவி அலர் கண்டு ஆற்றாமல் கூறிய துறை இது.

"சூரல் புறவின் அணில்பிளிற்றும் சூழ்படப்பை
ஊர்கெழு சேவல் இதலொடு நீக்குக போர்திளைக்கும்
தேரோடு கானம் தெருளிலார் செல்வார்கொல்
ஊரிடு கவ்வை ஒழித்து."

- *பாடல் 36*

அருமைத் தோழியே! பாலை நிலக் கொல்லைகள் பிரம்புப் புதர்களை வேலியாக உடையன. அணில்கள் அங்கு ஒலித்துக் கொண்டிருக்கும். அவ்வூர்களில் வாழ்கின்ற சேவல்கள் அங்கு வரும், காடைப் பறவை களுடன் போர் செய்யும். நம் தலைவர் இங்கிருந்து வாழ வேண்டியவர். அவற்றைச் செய்யாமல் துன்பத்திற்குக்

காரணமாகிய பாலை வழியே தேரேறிச் செல்வாரோ? நிச்சயம் செல்ல மாட்டார் என்று தலைவி தோழிக்குக் கூறினாள்.

மருதம்

"உழலை முருக்கிய செந்நோக்கு எருமை
பழனம் படிந்து செய் மாந்தி - நிழல் வதியும்
தண்டுறை யூரன் மலரன்ன மால்புறப்
பெண்டிர்க்கு உரைபாண உய்த்து-"

- பாடல் 49

பாணனே! எருமை முளையை முறித்து தொழுவத்தை விட்டுச் சென்று மருத நிலத்துக் கழனியில் மேய்ந்து மர நிழலில் தங்கி இளைப்பாறும். அது போல் நம் தலைவர் வீட்டை மறந்து, பரத்தையரிடத்து அன்பு காட்டி இன்புற் றார். அவரது காதல் மலர் போன்றது. அங்குச் சென்று அவர்களுக்கு அவர் பெருமையைக் கூறு. இங்கு என்னிடம் கூறிப் பயனில்லை என்று தலைவி கூறினாள்.

"பேதை புகலை புதல்வன் துணைச்சான்றோன்
ஓதை மலிமகிழ்நற்கு யாசும் எவன்செய்தும்
பூவார் குழற்கூந்தல் பொன்னன்னார் சேரியுள்
ஓவாது செல்பாண நீ"

- பாடல் 50

பாணனே! தலைவர் பிரிந்து சென்றால் துணையின்றி வருந்துவோம். இப்போது அவர் புதல்வனையே துணை யாகக் கொண்டுள்ளோம். சான்றோனாகிய தலைமகற்கு நாம் என்ன செய்து பயன்படப் போகிறோம்? பரத்தையர் கள் இளமையும், அழகும் உடையவர்கள். சுருட்டி முடித்த கூந்தலை உடையவர்கள். திருமகள் போன்றவர் கள் என்று தலைவி கூறினாள்.

நெய்தல்

"என்னைகொல் தோழி அவர்கண்ணும் நன்கில்லை
அன்னை முகனும் அதுவாகும் - பொன்னலர்
புன்னையம் பூங்கானல் சேர்ப்பனைத் தக்கதோ
நின்னல்லது இல்லென்று உரை."

- பாடல் 58

ஆருயிர்த் தோழியே! புன்னை மரங்கள் நிறைந்த பூங்கானல் சேர்ப்பன் நம்மை விரைவில் வரைந்து கொள் வதாகத் தெரியவில்லை. நமது துன்பம் மிகுகின்றது. செவிலியின் மனப் போக்கும் மாறியுள்ளது. கொடுமை மிகுந்துள்ளது. இந்நிலையில வரைந்து கொள்ளாதிருத்தல் பொருந்துமா? அவரையன்றி எனக்கு வேறு துணையு மில்லை. விரைவில் மணந்து கொள்ளுமாறு கூறுவாயாக என்று தலைவி தோழிக்குக் கூறினாள்.

"சிறுமீன் கவுள்கொண்ட செந்தூவி நாராய்
சிறுமென் குரலநின் பிள்ளைகட்கே யாகி
நெறிநீர் இருங்கழிச் சேர்ப்பன் அகன்ற
நெறியறிதி மீன்தபு நீ."

- பாடல் 64

சிறிய மீன்களை அலகிடையே வைத்துள்ள செந்தூவி நாராய். இருங்கழிச் சேர்ப்பனும் நானும் இங்குச் சில நாட்களாகக் கூடிய காலத்திலிருந்து நீ எங்களை உணர்வாய். என்னை விட்டுப் பிரியேன் என்று அவர் பல முறை கூறியதையும் அறிவாய். ஆனால் தலைவர் தான் கூறியதை மறந்தார். ஆதலால் நீயே எனக்குற்ற சான்றாவாய் என்று தலைமகள் வருந்திக் கூறினாள்.

12

திரி கடுகம்

ஆசிரியர் : நல்லாதனார்

முன்னுரை

பதினெண் கீழ்க்கணக்கு நூல்களுள் திரி கடுகம் ஒன்று. இதன் ஆசிரியர் நல்லாதனார். இவரது காலம் கி.பி. இரண்டாம் நூற்றாண்டு. இந்நூல் காப்புச் செய்யுள் உட்பட 101 வெண்பாக்களைக் கொண்டது.

சுக்கு, திப்பிலி, மிளகு ஆகிய இம்மூன்றும் சேர்ந்தது திரிகடுகம். இம்மூன்றும் ஒருவர் உடல் நோயை மாற்றி இன்பம் புரிவது போல் ஒவ்வொரு பாடலிலும் அமைந்த மும்மூன்று பொருளும் உளநோயாகிய அறியாமை முதலியவற்றைப் போக்கி இன்பம் தருபவை. கடவுள் வாழ்த்துப் பாடல் திருமாலைப் பற்றியது. திருமாலின் திருவடிச் சிறப்பைக் கூறி, ஞாலம் அளந்ததும், குருந்தை முறித்ததும், சகடத்தை உதைத்ததும் கூறி வழிபாடு செய்கின்றனர்.

திரிகடுகம் என்ற மருந்து நூல் உலகில் நாம் சிறப்பாக வாழ்வதற்குக் கைக்கொள்ள வேண்டிய செயல்கள் இவை, தவிர்க்க வேண்டியவை இவை என்று வழி காட்டுவதோடு பிறவி நோய் அற்று வீடு பேறு ஆகிய அழியாப் பேரின்பப் பேற்றிற்கு வழிகள் இவை என்றும் தெளிவாகக் கூறுகிறது.

பணிவுடைமை முதலிய நல்லொழுக்கம் மேற்கொள் ளுதல், கொலை புரியாமை, புலால் உண்ணாமை, அரு

ளுடைமை, இனிய முகத்துடன் இனியன பேசி, இனிய உணவு கொடுத்து ஆதரித்தல் ஆகிய இவையே இம்மைக்கும், பெருவாழ்வு தருவன. மெய்யுணர்வு கொண்டு ஆண்டவனுடைய திருவடியில் பதிந்த உள்ளத் துடன் வாழ்ந்தால் பேரின்பப் பெருவாழ்வு பெறலாம். அதுவே அழியா வாழ்வு. அந்த வாழ்வுக்கு இந்நூல் வழி காட்டுகிறது.

காப்பு

"கண்ணகல் ஞாலம் அளந்ததூஉம் காமருசீர்த்
தண்ணரும் பூங்குருந்தம் சாய்த்ததூஉம் - நண்ணிய
மாயச் சகடம் உதைத்ததூஉம் இம்மூன்றும்
பூவைப் பூ வண்ணன் அடி."

எடுத்துக்கொண்ட நூல் இனிது முற்றுப் பெறும் பொருட்டு, கடவுள் வணக்கம் செய்யப்பட்டது. இடம கன்ற பூமியை அளந்ததும், மலர்களையுடைய குருந்த மரத்தை முறித்ததும், வஞ்சகமான வண்டியை உதைத்ததும் ஆகிய இம்மூன்றும் காயாம்பூவைப் போன்ற நிறமுடைய திருமாலின் திருவடிகளாம்.

"வாளைமீன் உள்ளல் தலைப்படலும் ஆளல்லான்
செல்வக் குடியுள் பிறத்தலும் - பல்லவையுள்
அஞ்சு வான் கற்ற அருநூலும் இம்மூன்றும்
துஞ்சு ஊமன் கண்ட கனா."

- பாடல் 7

ஊமை தான் கண்ட கனவைப் பிறர்க்கு எடுத்து உரைக்க முடியாது. அதுபோல உள்ளான் என்னும் சிறு பறவை வாளை மீனைத் தாக்குதலும், திறமையில்லாதவன் செல்வக் குடியில் பிறந்து அதனை ஆளக் கருதுதலும், சபைக்கு அஞ்சுகின்றவன் படித்த படிப்பும் இம்மூன்றும் பயன்படாதவை.

"தாளாளன் என்பான் கடன்படா வாழ்பவன்
வேளாளன் என்பான் விருந்திருக்க உண்ணாதான்

கோளாளன் என்பான் மறவாதான் இம்மூவர்
கேளாக வாழ்தல் இனிது.”

- பாடல் 12

முயற்சியுடையான் கடன்படாமல் வாழ்பவன். உதவி யாளன் விருந்தினர் பசித்திருக்கத் தனித்து உண்ணாதவன். காரியங்களை மனத்தில் கொள்பவன் மறவாதவன். இம்மூவரும் தனக்கு நட்பினராயிருக்க வாழ்வது நன்மை தருவதாகும்.

“வருவாயுள் கால் வழங்கி வாழ்தல் செருவாய்ப்பசி
செய்தவை நாடாச் சிறப்புடைமை - எய்தப்
பலநாடி நல்லவை கற்றல் இம்மூன்றும்
நலமாட்சி நல்லவர் கோள்”

- பாடல் 21

வருவாயுள் நான்கிலொரு பங்கு அறத்திற்கு செலவு செய்து வாழ்தலும், போரில் வெற்றி கிடைப்ப சிறப் புடையனாதலும், பலவற்றையும் ஆராய்ந்து அவற்றுள் நல்லவற்றைப் படித்தலும் ஆகிய இம்மூன்றும் மாட்சிமை பெற்ற நல்லவருடைய கொள்கைகளாம்.

“ஊனுண்டு உயிர்கட்கு அருளடையேம் என்பானும்
தானுடன்பா டின்றி வினையாக்கும் என்பானும்
காதமுறு வேள்வியில் கொல்வானும் இம்மூவர்
தாமறிவர் தான்கண்ட ஆறு.”

- பாடல் 36

ஒன்றின் மாமிசத்தைத் தின்று உயிர்களிடத்தில் தயை யுடையோம் என்று சொல்வானும் தான் யாதொரு முயற்சி யும் செய்யாமல் எல்லாம் ஊழ் செய்யும் என்கிறவனும் யாகத்தில் ஓர் உயிரைக் கொலை செய்வானும், ஆகிய இம் மூவரும் நூல்களின் உண்மை உணராதவர் செய்கைகளாம்.

“விருந்தின்றி உண்ட பகலும் திருந்திழையார்
புல்லப் புடைபெயராக் கங்குலும் இல்லார்க்கு ஒன்று

ஈயாது ஒழிந்தகன்ற காலையும் இம்மூன்றும்
நோயே உரனுடை யார்க்கு."

- பாடல் 44

விருந்தினரே இல்லாமல் தனித்து உண்ட பகற் பொழுதும், மனைவியரைப் பொருந்தாத இரவும், வறியவர்க்கு ஒன்றைக் கொடாத காலைப்பொழுதும் ஆகிய மூன்றும் அறிவுடையார்க்கு நினைக்கும்தொறும் நோய்களாம்.

"கண்ணுக்கு அணிகலம் கண்ணோட்டம் காமுற்ற
பெண்ணுக்கு அணிகலம் நாணுடைமை - நண்ணும்
மறுமைக்கு அணிகலம் கல்விஇம் மூன்றும்
குறியுடையர் கண்ணே யுள."

- பாடல் 52

கண்களுக்கு அணிகலம் தாட்சண்யம். கணவனால் விரும்பப்பட்ட குலமகளுக்கு அணிகலம் நாணம் உடையவளாயிருத்தல். பொருந்துகின்ற மறுபிறப்புக்கு அணிகலம் கல்வியறிவு. இம்மூன்றும் ஆராயும் இயல்பு உடையோரிடத்தே உண்டு.

"நன்றிப் பயன்தூக்கா நாணிலியும் சான்றோர்முன்
மன்றில் கொடும்பாடு உரைப்பானும் - நன்றின்றி
வைத்த அடைக்கலம் கொள்வானும் இம்மூவர்
எச்சம் இழந்துவாழ் வார்."

- பாடல் 62

ஒருவன் தனக்குச் செய்த நன்றியை மறந்த நாணமில்லாதவனும், மன்றில் பொய்ச்சாட்சி சொன்னவனும் நற்செய்கை இல்லாதவனாய் தன்னிடம் வைத்த அடைக்கலப் பொருளைக் கைப்பற்றிக் கொண்டவனும் இந்த மூவரும் மக்கட் பேற்றை இழந்து வருந்துவர்.

"வள்ளண்மை பூண்டான்கண் செல்வமும் உள்ளத்து
உணர்வுடையான் ஓதிய நூலும் - புணர்வின்கண்
தக்கது அறியும் தலைமகனும் இம்மூவர்
பொத்தின்றி காழ்த்த மரம்."

- பாடல் 75

கொடையாளனிடத்துற்ற செல்வமும், அறிவோடு கற்ற அறநூலும், தன்னை அடுத்தவர்க்குச் செய்த தக்கதை 'அறிந்த தலைமகனும் ஆகிய இம்மூவரும் பொந்தில்லாமல் வயிரம் பற்றிய மரம்போல அசைவற்றவர் ஆவர். செல்வ மும், நூலும் உயர்திணை முடிபுஏற்றன.

"ஈதற்குச் செய்க பொருளை அறநெறி
சேர்தற்குச் செய்க பெருநூலை - யாதும்
அருள் புரிந்து சொல்லுக சொல்லைஇம் மூன்றும்
இருளுலகம் சேராத ஆறு."

- பாடல் 90

பிறர்க்கு உதவும் பொருட்டுச் செல்வத்தைத் தேடக் கடவன். அறத்தின் வழியில் சேரும் பொருட்டு பெருநூற் பொருளைக் கற்பானாக. எத்தகைய சொல்லையும், அருளை விரும்பிச் சொல்வானாக. இம்மூன்றும் நரகத்தைச் சேராமைக்குக் காரணமாகிய வழிகளாம்.

"கொண்டான் குறிப்பறிவாள் பெண்டாட்டி கொண்டன
செய்வகை செய்வான் தவசி கொடிதுஒரீஇ
நல்லவை செய்வான் அரசன் இவர் மூவர்
பெய்யெனப் பெய்யும் மழை."

- பாடல் 96

குறிப்பறிந்து நடக்கும் மனைவியும், நோன்புகளை முறைப்படி செய்கிற தவசியும் குடிகளுக்குத் தீமையை விலக்கி, நன்மையைச் செய்கின்ற அரசனும் ஆகிய இவர் மூவரும் 'பெய்' என்று சொல்லப் பெய்யும் மழை.

13

ஆசாரக் கோவை

ஆசிரியர் : பெருவாயில் முள்ளியார்

முன்னுரை

ஆசாரக் கோவை பதினெண் கீழ்க்கணக்கு நூல்களுள் ஒன்று. இதன் ஆசிரியர் பெருவாயில் முள்ளியார். இதில் பாயிரம் நீங்கலாக நூறு பாடல்கள் உள்ளன. இது மக்கள் அன்றாட வாழ்க்கையில் கடைப்பிடிக்க வேண்டிய முறை களை விளக்கிக் கூறுகிறது. இவர் சைவ சமயத்தவர். இந்நூலுக்கு மூலம் 'ஆரிடம்' என்ற வடமொழி நூலாகும்.

உரையாசிரியர்கள் இந்நூலின் பாக்களை மேற்கோளாக எடுத்து ஆண்டுள்ளார்கள். இந்நூலில் உண்ணல், உடுத் தல், உறங்கல், நீராடல் முதலியன கூறப்பட்டிருக்கின்றன. செயற்பாலன இவை, செய்யத்தகாதன இவை என்று விளக்கப்பட்டுள்ளன. இந்நூலில் முந்தையார் கண்ட நெறி, யாவரும் கண்டநெறி, பேரறிவாளர் துணிவு, நல்லறி வாளர் துணிவு என்பன போன்ற தொடர்கள் காணப்படு கின்றன. ஆதலால் இதில் கூறப்பட்ட ஆசாரங்கள் பேரறிஞர் பலர் தம் அனுபவத்தால் ஆராய்ந்து கண்டவை யாகும் என்பது பெறப்படுகிறது.

"நன்றி அறிதல் பொறையுடைமை இன்சொல்லோடு
இன்னாத எவ்வுயிர்க்கும் செய்யாமை கல்வியோடு

ஒப்புரவு ஆற்ற அறிதல் அறிவுடைமை
நல்லினத் தாரோடு நட்டல் இவை எட்டும்
சொல்லிய ஆசார வித்து."

- பாடல் 1

இது பஃறொடை வெண்பா. தனக்குப் பிறர் செய்த நன்றி அறிதலும், பொறையும், இன்சொல்லும் எல்லா உயிர்க்கும் இன்னாதன செய்யாமையும், கல்வியும், ஒப்புரவை மிக அறிதலும், அறிவுடைமையும், நல்லினத் தாரோடு நட்டலும் என இவ் எட்டு வகையும் நல்லோரால் சொல்லப்பட்ட ஆசாரங்கட்குக் காரணம். ஒப்புரவு - உலக நடை அறிந்து உதவுதல்.

"உடுத்துஅலால் நீராடார் ஒன்றுடுத்து உண்ணார்
உடுத்தாடை நீருள் பிழியார் விழுத்தக்கார்
ஒன்றுடுத்து என்றும் அவைபுகார் என்பதே
முந்தையோர் கண்ட முறை."

- பாடல் 11

சிறப்புப் பொருந்தியவர் ஓர் ஆடையை உடுத்து அல்லாது நீராடமாட்டார். ஒன்றை உடுத்து உண்ண மாட்டார். உடுத்த ஆடையை நீரின் கண் பிழியார். ஓர் ஆடை உடுத்து அவையின் கண் செல்லமாட்டார் என்று சொல்லப்படுவது பழமையோர் கண்ட முறைமை.

"விருந்தினர் மூத்தோர் பசுசிறை பிள்ளை
இவர்க்குஊண் கொடுத்துஅல்லால் உண்ணாரே என்றும்
ஒழுக்கம் பிழையா தவர்."

- பாடல் 21

விருந்தினரும், மிக மூத்தோரும் பசுக்களும், பறவை களும், பிள்ளைகளும் என்று சொல்லப்பட்ட இவர்களுக்கு உணவு கொடுத்த பிறகே உண்ணுவார் என்றும் ஒழுக்கம் பிழையாதவர்.

"பிறர்மனை கள்களவு சூது கொலையோடு
அறனறிந்தார் இவ்ஐந்தும் நோக்கார் - திறனிலர் என்று
எள்ளப்படுவதூஉம் அன்றிநிரயத்துச்
செல்வழி உய்த்திடுத லால்.""

- பாடல் 37

பிறர் மனை நயத்தல், கள்ளுண்டல், களவு செய்தல், கொலை செய்தல், சூதாடல் என்ற இந்த ஐந்தினையும் அறனறிந்தார் செய்வோம் என்று கருதார். கருதுவராயின் பலரால் இகழப்படுதலும் அன்றியே நரகத்தின் கண்ணும் செலுத்தும்.

"அட்டமியும் ஏனை உவாவும் பதினான்கும்
அப்பூமி காப்பார்க்கு உறுகண்ணும் மிக்க
நிலத்துக்கு விண்ணதிர்ப்பு வாலாமை பார்ப்பார்
இலங்குநூல் ஓதாத நாள்."

- பாடல் 47

அட்டமி, அமாவாசை, பௌர்ணமி, சதுர்த்தசி அரசர்க்கு உறுகண் வேளை. பூகம்பம், இட முழக்கம், தூய்மை இன்மை என்னும் இவை வேதம் ஓதலாகா நாட்கள். உறு கண் - துன்பம்.

"முறுவல் இனிதுரை, கால்நீர், மணைபாய்
கிடக்கையோடு இவ்வைந்தும் என்ப தலைச்சென்றார்க்கு
ஊணொடு செய்யும் சிறப்பு"

- பாடல் 54

தம் வீட்டுக்கு வரும் விருந்தினர்க்கு உணவளித்தலோடு முறுவலோடு கூடிய இனிதுரையும், கால் கழுவ நீரும், உட்கார மனையும், படுக்கப் பாயும், தங்க இடங் கொடுத்தலும் ஆகிய சிறப்புக்களைச் செய்ய வேண்டும். கால் கழுவும் நீர் - பாத்யம்; கை கழுவ நீர் அர்க்கியம். இவை சோடச உபசாரங்களிற் சில.

> "பார்ப்பார் தவமே சுமந்தார் பிணிப்பட்டார்
> மூத்தார் இளையார் பசுப்பெண்டிர் என்றிவர்கட்கு
> ஆற்ற வழிவிலங்கி னாரே பிறப்பிடைப்
> போற்றி எனப்படு வார்."
>
> - பாடல் 64

அந்தணரும், தவசியரும், சுமையுடையோரும், நோய் கொண்டவரும், பெரியோர்களும், பிள்ளைகளும், பசுக்களும், பெண்களும் என்ற இவர்களுக்கு மிகவும் வழி கொடுத்து விலகியவர்களே பிறரால் வாழக் கடவர் என்று சொல்லப்படுவார்.

> "விரைந்துரையார் மேன்மேல் உரையார்பொய்யாய
> பரிந்துரையார் பாரித் துரையார் - ஒருங்கெனைத்தும்
> சில்லெழுத்தி னாலே பொருளடங்கக் காலத்தால்
> சொல்லுப செவ்வி யறிந்து."
>
> - பாடல் 76

விரைவாகப் பேசார். அடிக்கடி பேசார். பொய்யாகி யவற்றை விவரித்துச் சொல்லார். சொல்ல வேண்டிய அனைத்தையும் பொருள் விளங்கச் சுருக்கி கேட்போர் சமயம் அறிந்து சொல்லுவர்.

> "அளையுறை பாம்பும் அரசும் நெருப்பும்
> முழையுறை சீயமும் என்றிவை நான்கும்
> இளைய எளிய பயின்றன என்றெண்ணி
> இகழின் இழுக்கம் தரும்."
>
> - பாடல் 84

புற்றில் வாழும் பாம்பும், அரசரும், நெருப்பும், குகையில் தங்குகின்ற சிங்கமும் என்ற இவை நான்கையும் இளையன என்றும், எளியன என்றும் பழகின என்றும் நினைத்து இகழ்ந்தால் துன்பத்தைத் தரும்.

"அறியாத தேயத்தான் ஆதுலன் மூத்தான்
இளையான் உயிரிழந்தான் அஞ்சினான் உண்டான்
அரசன் தொழில்தலை வைத்தான் மணாளன் என்று
ஒன்பதின்மர் கண்டீர் உரைக்குங்கால் மெய்யான
ஆசாரம் வீடு பெற்றார்."

- பாடல் 100

அறியாத தேசத்தான், வறியோன், முதியோன், சிறுவன், உயிரிழந்தவன், பயமுற்றவன், உண்பவன், அரசனது கட்டளையைத் தாங்கினவன், மணமகன் முதலிய ஒன்பதின்மருக்கும் ஆசாரக் கட்டுப்பாடு இல்லை.

14
பழமொழி நானூறு

ஆசிரியர் : முன்றுறை அரையனார்

முன்னுரை

பழமொழி நானூறு என்னும் நூல் பதினெண் கீழ்க் கணக்கு நூல்களுள் ஒன்று. இந்நூல் சங்க காலத்திற்குப் பின் தோன்றியது. வாழ்க்கை செம்மையுற பல அரிய கருத்துக்களைக் கொண்டு விளங்குகிறது. அக்காலத்தில் வழங்கிய பழமொழிகளைக் கொண்டது. நானூறு வெண்பாக்களால் ஆனது.

இந்நூலின் ஆசிரியர் முன்றுறை அரையனார். சமணப் பேரறிஞர். ஒவ்வொரு செய்யுளின் ஈற்றிலும் பழமொழி ஒன்று அமையுமாறு பாடியுள்ளார். இவர் முன்றுறை என்னும் ஊரினர். பாண்டிய நாட்டுக் குறுநில மன்னர். இவர் சமணரேயாயினும் பிற மதங்களின் மீது காழ்ப்பு இல்லாதவர். இவர் கி.பி. ஐந்தாம் நூற்றாண்டினர்.

இந்நூல் பால், இயல், அதிகார முறையுடன் அமைய வில்லை. இந்நூலில் இன்பத்துப் பகுதி பற்றிய செய்தி இல்லை. ஆனால் வீட்டு நெறி கூறப்பட்டுள்ளது. அக்கால மக்களின் பண்பாட்டையும் வாழ்க்கை நெறிகளையும் அறிவதற்கு இந்நூல் பெரிதும் துணை நிற்கிறது. இந்நூலில் அமைந்த ஒவ்வொரு வெண்பாவின் ஈற்றடி பழ மொழி

யையும் முதலிரண்டு அடிகள் பழமொழியின் விளக்கத்தையும் மூன்றாம் அடி ஆடூஉ, மகடூஉ முன்னிலைகளுள் ஒன்றையும் பெற்று கவிதைச் சிறப்பு அமைந்துள்ளது. செய்யுளில் “ ” இக்குறிக்குள் அடங்கும் வரிகள் பழமொழியைக் குறிக்கிறது.

கரிகாலன், தொடிதோட் செம்பியன், பல் யானைச் செல் கெழுகுட்டுவன், மனுநீதிச் சோழன், பொற்கைப் பாண்டியன், பாரி, பேகன், பலராமன், பாண்டவர், தருமன், கண்ணபிரான், மகாபலி, சிவபெருமான் முதலியோரைப் பற்றிய குறிப்புக்கள் இந்நூலில் உள்ளன. தமிழகத்து அறிஞர் பெருமக்கள் இவ்வரிய நூலைப் பொன்னே போல் போற்றுவர்.

தற்சிறப்புப் பாயிரம்

“பிண்டியின் நீழல் பெருமான் அடிவணங்கிப்
பண்டைப் பழமொழி நானூறும் - கொண்டினிதா
முன்றுறை மன்னவன் நான்கடியும் செய்தமைத்தான்
இன்றுறை வெண்பா இவை.”

அசோகமரத்தின் நிழலில் அமர்ந்த அருக தேவனது திருவடிகளைப் பணிந்து தொன்மையான பழமொழிகள் நானூறும் எடுத்துக் கொண்டு நான்கு அடிகளையும் இனிமையாகச் செய்து, முன்றுறை அரையன் உலகிற்கு உபகாரமாக இந்த நூலை அமைத்தனன். இனிய பொருள் துறைகள் செறிந்த வெண்பாக்கள் இவை நானூறும்.

கடவுள் வணக்கம்

“அரிதவித்து ஆசின்று உணர்ந்தவன் பாதம்
விரிகடல் சூழ்ந்த வியன்கண்மா ஞாலத்து

> உரியதனிற் கண்டுணர்ந்தார் ஒக்கமே போலப்
> பெரியதன் ஆவி பெரிது."

- பாடல் 1

ஆசைகளை அவித்து மெய்ஞ்ஞானத்தைக் குற்றமற உணர்ந்த அருக தேவனது திருவடிகளை கடல் சூழ்ந்த இப்பெரிய உலகத்தில் தம் சித்தம் தெளிந்து உணர்ந்தவர் களது பெருமையைப் போல, பெரிய செயல் செய்த உடம்பினுள் இருக்கும் உயிரும் பெருமை உடைய தாயிருக்கும்.

> "சிறிய பொருள்கொடுத்துச் செய்த வினையால்
> பெரிய பொருள்கருது வாரே- விரிபூ
> விராஅம் புனலூர வேண்டு"அயிரை விட்டு
> வராஅலை வாங்கு பவர்."

- பாடல் 15

விரிபூ விராஅம் புனலூர! சிறிய பொருளை ஒரு வருக்குக் கொடுத்து அதனால் பெரும் பொருளை அடைய நினைப்பவர்கள் அயிரையாகிய சிறுமீனைத் தூண்டிலில் கோத்துப் பெரிய மீனாகிய வராலைப் பிடிக்கின்றவர்கள் போன்றவரே.

> "ஒன்றே ஒருவர் துணையுடைமைப் பாப்பிடுகண்
> நண்டேயும் பார்ப்பான்கண் தீர்த்தலான் - விண்தோயும்
> குன்றகல் நன்னாட கூறுங்கால் "இல்லையே
> ஒன்றுக்கு உதவாத ஒன்று."

- பாடல் 53

விண் தோயும் குன்றகல் நன்னாட! ஒருவர் மற்றொரு வரைத் தமக்குத் துணையாகக் கொள்ளுதல் நன்மை யாகும். பாம்பினால் வர இருந்த ஒரு துன்பத்தைப் பார்ப் பான் பக்கத்திலிருந்த நண்டுகூட நீக்கியது. அதனால் ஒன்றுக் கும் உதவாத பொருள் என இவ்வுலகில் ஒன்று இல்லை.

> "பல்லார் அவைநடுவண் பாற்பட்ட சான்றவர்
> சொல்லார் ஒருவரையும் உள்ளூன்றப் பல்லா
> நிரைப்புறங் காத்த நெடியோனே யாயினும்
> "உரைத்தால் உரைபெறுதல் உண்டு"

- பாடல் 81

பசுக்கூட்டங்களை மேய்த்த நெடியோனாகிய திரு மாலேயானாலும் அவையில் ஒருவனை இகழ்ந்து பேசினால் தானும் அவனால் இகழ்ந்து பேசப்படுவான். ஆகையால் அவை நடுவில் சான்றோர்கள் ஒருவரையும் அவர்கள் மனம் வருந்தும்படி இகழ்ந்து பேச மாட்டார்கள்.

> "பேருலையுள் பெய்த அரிசியை வெந்தமை
> ஓர்மூழை யாலே உணர்ந்தாங்கு - யார்கண்ணும்
> கண்டதனால் காண்டலே வேண்டுமாம் யார் "கண்ணும்
> கண்டது காரணம்ஆ மாறு"

- பாடல் 132

செயலைக் கொண்டே மனிதர் மதிப்பிடப்படுவர். பெரிய உலைப் பாத்திரத்தில் பெய்த அரிசியை அது வெந்தமை அறிவதற்கு ஓர் அகப்பையால் எடுத்து உணரலாம். அதுபோல எவரிடத்தும் அவர் செயலைக் கொண்டே அவரை அறிய வேண்டும். மூழை - அகப்பை.

> "வீங்குதோள் செம்பியன் சீற்றம் விறல்விசும்பில்
> தூங்கும் எயிலும் தொலைத்தலால் - ஆங்கு
> முடியும் திறத்தால் முயல்கதாம் "கூரம்பு
> அடியிழுப்பின் இல்லை அரண்."

- பாடல் 170

செம்பியனது சீற்றம் ஆகாயத்தில் இருந்த அசுரர்களின் கோட்டையையும் அழித்தது. அதனால் எந்தக் காரியத்தையும் வெற்றி பெறும் வழியை ஆராய்ந்து அவ்வாறே முயன்று முடிக்க வேண்டும். கூர்மையான

அம்பு இழுத்துச் செலுத்தப்படும் பொழுது அதனைத் தடுக்க இயலாது.

“கல்லாதான் கண்டசுழி நுட்பம் காட்டரிதால்
நல்லேம் யாம் என்றொருவன் நன்கு மதித்தலென்
சொல்லால் வணக்கி வெகுண்டுஅரு கிற்பார்க்கும்
“சொல்லாக்கால் சொல்லுவ தில்.”

- பாடல் 205

சொல்லாற்றலினால் தம் பகைவரைத் தமக்குப் பணி செய்து கொள்ளக் கூடியவர்களுக்கும், தாம் கருதியதைச் சொல்ல முடியாமல் போனால் அந்த ஆற்றலும் அவர் பால் இல்லையாகும். அறிவு வேறு, கல்வி வேறு அறிவைக் கல்வியால் செப்பமுடையதாக்கிச் சொல்லாற்ற லுடன் விளங்க வேண்டும்.

“மானமும், நாணும் அறியார் மதிமயங்கி
ஞானம் அறிவார் இடைப்புக்குத் தாமிருந்து
ஞானம் வினாஅய் உரைத்தல் “நகையாகும்
யானைப்பல் காண்பான் பகல்.”

- பாடல் 248

தம்முடைய மானமும், நாணமும் அறியாத தன்மை யுடையவர் அறிவுடையோர் சபையில் ஞான விஷயங் களைப் பற்றி வினாவி உரைத்தல் கேலிக்கு இடமாகும். பகல் நேரத்தில் யானையின் பல்லைப் பிடித்துக் காண முயல்பவன் செயல் போல அதுவும் நகைப்பிற்கு இட மாகும்.

“பூத்தாலும் காயா மரமுள மூத்தாலும்
நன்கறியார் தாமும் நனியுளர் பாத்தி
விதைத்தாலும் நாறாத வித்துள பேதைக்கு
“உரைத்தாலும் தோன்றாது உணர்வு”

- பாடல் 329

பாதிரி முதலிய மரங்கள் பூத்தும், காய்ப்பதில்லை. அதுபோல வயதால் முதுமை பெற்றாலும் நன்மை தீமைகளைப் பற்றி நன்கு அறியாதவர்களும், பலர் உளர். பதர் நீக்கி, பாத்தி கட்டி விதைத்தாலும் முளைக்காத வித்துக்களும் உள்ளன. அதுபோல பேதைக்கு உணர்த்தினாலும் உணர்வு உண்டாகாது.

"வேளாண்மை செய்து விருந்தோம்பி வெஞ்சமத்து
வாளாண்மை யாலும் வலியராய்த் தாளாண்மை
தாழ்க்கு மடிகோல் இலராய் வருந்தாதார்
வாழ்க்கை திருந்துதல் இன்று."

- பாடல் 380

பிறருக்கு உபகாரம் செய்து, விருந்தினரைப் பாதுகாத்து, போர்க் களத்தில் வெற்றி பெற்று முயற்சியைக் குறைக்கும் சோம்பலும் இல்லாதவர்களாக வாழ்க்கையில் ஈடுபடுதல் சிறந்தது. அப்படி வருந்தாதார் வாழ்க்கை என்றும் திருந்துதல் இல்லை.

15
சிறு பஞ்ச மூலம்

ஆசிரியர் : காரியாசான்

முன்னுரை

சிறுபஞ்ச மூலம் பதினெண் கீழ்க்கணக்கு நூல்களுள் ஒன்று. இதன் ஆசிரியர் காரியாசான். இவர் சமண சமயத் தவர். இந்நூல் பாயிரச் செய்யுள் உள்பட 100 வெண் பாக்கள் கொண்டது. அவற்றுள் இரண்டு உருச்சிதைந்து காணப்படாமையால் அவைகள் இந்நூலில் சேர்க்கப் படவில்லை.

கண்டங் கத்திரி, சிறுவழுதுணை, சிறுமல்லி, பெரு மல்லி, நெருஞ்சி ஆகிய ஐந்தின் வேர்களும் மருந்துக்குப் பயன்படும். அம்மருந்து 'சிறுபஞ்ச மூலம்' எனப்படும். அதுபோல இந்நூலின் ஒவ்வொரு பாடலிலும் ஐயைந்து அரிய பொருள்கள் வாழ்க்கையின் உயர்விற்குப் பயன் தருவன. எனவே இந்நூலுக்கு இப்பெயர் அமைந்தது.

இந்நூலாசிரியர் சமணராயினும் இவர் தம் நூலில் சமண சமயக் கருத்துக்கள் சிலவாகவும், பொது சமயக் கருத்துக் களை மிகுதியாகவும் கூறியுள்ளார். 'மெய்யுணர்வு ஒன்றினால்தான் வீட்டுப் பேற்றினை ஒருவன் எய்த இயலும்' என்று கூறுகிறார்.

தோற் கன்றைக் காட்டிப் பசுக்களைக் கறக்கும்

கொடிய பழக்கத்தை இவ்வாசிரியர் கடிவதிலிருந்து இப் பழக்கம் தொன்று தொட்டு இருந்து வருகிறது என்பது புலனாகின்றது.

கடவுள் வாழ்த்து

"முழுதுணர்ந்து மூன்றொழித்து மூவாதான் பாதம்
பழுதின்றி ஆற்றப் பணிந்து - முழுதேத்தி
மண்பாய ஞாலத்து மாந்தர்க்கு உறுதியா
வெண்பா உரைப்பன் சில."

- பாடல் 1

எல்லாவற்றையும் அறிந்து காமம், வெகுளி, மயக்கம் என்னும் முக்குற்றங்களையும் நீக்கி கடவுளின் திருவடி களை வணங்கி அவனது மங்கள குணங்களைப் போற்றி இப்பூமியில் உள்ள மக்கட்கு நன்மையுண்டாகுமாறு சில வெண்பாக்களால் இந்நூலைச் சொல்வேன். இது சிறப்புப் பாயிரம்.

"பொருளுடையான் கண்ணதே போகம் அறனும்
அருளுடையான் கண்ணதே ஆகும் - அருளுடையான்
செய்யான் பழிபாவம் சேரான் புறமொழியும்
உய்யான் பிறர்செவிக்கு உய்த்து."

- பாடல் 3

பொருள் உள்ளவனுக்கு இன்பம் பெருகும். அருள் உள்ளவனுக்கு அறம் விளையும். அருள் உள்ளவன் பழி யையும், தீ வினையையும் புறங்கூறுதலையும் செய்யான்.

"தேவரே கற்றவர் கல்லாதார் தேருங்கால்
பூதரே முன்பொருள் செய்யாதார் - ஆதரே
துன்பம் இலேம்பண்டு யாமே வனப்புடையேம்
என்பார் இருகால் எருது."

- பாடல் 20

படித்தவர் தேவர். படியாதவர் பூத பிசாசுகள்; முதுமைக்கு இளமையிலேயே பொருள் தேடாதவர் அறிவிலார்; முன்பு பொருள் உடைமையால் துன்பம் இல்லாமல் இருந்தோம். முன்பு அழகுடையராய் இருந்தோம் என்பவர் இரண்டு கால் மாடுகளுக்கு ஒப்பாவார்.

"பூவாது காய்க்கும் மரமுள நன்றறிவார்
மூவாது மூத்தவர் நூல்வல்லார் - தாவா
விதையாமை நாறுவவித்துள மேதைக்கு
உரையாமை செல்லும் உணர்வு."

- பாடல் 22

பூக்காமலே காய்க்கின்ற மரங்களும் உண்டு. இவை போல் இளவயதுடையவராயினும் அறிவினால் மூத்தவரோடு ஒப்பர்; நூல் வல்லாரும் அத்தன்மையரேயாவர்; பாத்தி கட்டி விதைக்காமல் முளைக்கிற விதை போல பிறர் அறிவிக்காமல் அறிவுடையார்க்கு அறிவு சுடர் விடும்; பூவாது காய்க்கும் மரங்களாவன; அத்தி, ஆல், பலா, அரசு.

"மயிர்வனப்பும் கண்கவரும் மார்பின் வனப்பும்
உகிர்வனப்பும் காதின் வனப்பும் - செயிர்தீர்ந்த
பல்லின் வனப்பும் வனப்பல்ல நூற்கு இயைந்த
சொல்லின்வனப்பே வனப்பு."

- பாடல் 37

தலை மயிரால் உண்டாகும் அழகும், கண்டவர் விரும்பும் மார்பின் அழகும் நகத்தின் அழகும் காதின் அழகும் பல்லின் அழகும் அழகல்ல; நூல்களுக்குப் பொருந்திய சொல்லழகே அழகாகும்.

"நீண்டநீர் காடு களர்நிவந்து விண்தோயும்
மாண்ட மலைமக்கள் உள்ளிட்டு - மாண்டவர்
ஆய்ந்தன ஐந்தும் அரணா உடையானை
வேந்தனா நாட்டல் விதி."

- பாடல் 49

அகழி நீரும், காட்டெல்லையும் சேற்று நில எல்லையும் உயர்ந்த மலையும் குடிமக்களையும் உள்ளிட்ட பெரியோர் ஆராய்ந்தெடுத்தனவாகிய ஐந்தினையும் தனக்கு அரணாக உடையவனை அரசனாக ஏற்படுத்தல் விதியாகும்.

"கொல்லாமை நன்று கொலைதீது எழுத்தினைக்
கல்லாமை தீது கதந்தீது நல்லார்
மொழியாமை முன்னேமுழுதும் கிளைஞர்
பழியா்மை பல்லார் பதி."

- பாடல் 51

ஓர் உயிரையும் கொல்லாமை நன்று. கொலை தீது. எழுத்தைக் கல்லாமை தீது. பிறரை வெகுளல் தீது. அறிவுடையார் தமக்கு மொழிவதற்கு முன்னேயும் பழியாத வழி ஒழுகுவான் பலர்க்கும் இறைவனாவான்.

"நீர்அறம் நன்று நிழல்நன்று தன் இல்லுள்
பார் அறம் நன்றுபாத்து உண்பானேல் - பேரறம்
நன்று தளிசாலை நாட்டல் பெரும் போகம்
ஒன்றுமாம் சால உடன்."

- பாடல் 63

தண்ணீர்ப் பந்தல் வைத்தல் நன்று. நிழல் மரம் நன்று. பிறர் இருக்க வீட்டில் இடம் தருதல் நன்று. உயிர்களுக்கு உணவளித்தல் நன்று. கோவிலும் மரங்கள் கவிந்த சாலையும் அமைத்தல் நன்று. இவ் ஐந்தனையும் செய்தவர்க்கு பேரின்பம் வாய்க்கும்.

"பஞ்சப் பொழுதகத்தே பாத்துண்பான் காவாதான்
அஞ்சாது உடைபடையுள் போந்தெறிவான் - எஞ்சாதே
உண்பதுமுன் ஈவான் குழவி பலிகொடுப்பான்
எண்பதின் மேலும்வாழ் வான்."

- பாடல் 79

பஞ்ச காலத்தில் பலர்க்கும் பகுத்துண்பான், தன்னிட

முள்ள பொருள் காவாது பிறருக்கே ஈவான், படை உடைந்தபோது தான் அஞ்சாமல் வருகின்ற படையை எதிர்த்து நின்று பலரையும் காப்பாற்றுகின்றவன், தான் உண்பதைப் பிறர்க்கு ஈந்து உண்பவன், பசித்த குழந்தை களுக்குச் சோறு அளிப்பவன் ஆகிய ஐவரும் நீண்ட நாள் உயிர் வாழ்ந்திருப்பார்கள்.

"கண்ணுங்கால் கண்ணும் கணிதமே யாழினோடு
எண்ணுங்கால் சாந்தே இலைநறுக்கிட்டு - எண்ணுதல்
இட்டஇவ் ஐந்தும் அறிவான் இடையாய
சிட்டனென்று எண்ணப் படும்."

- பாடல் 87

நினைக்குமிடத்து நிறைத்தற்கரிய கணிதமும், யாழ் வல்லனாதல், சந்தனம் அரைத்தல், இலை கிள்ளல், எண்ணல் இவ்ஐந்தும் அறிந்து செய்ய வல்லவன் மக்களுள் சிறந்தவன் ஆவான்.

பாயிரம்

"மல்லிவர் தோள் மாக்காயன் மாணாக்கன் மாநிலத்துப்
பல்லவர் நோய்நீக்கும் பாங்கினால் - நல்லா
மறுபஞ்சம் நீர்மழைக்கை மாக்காரி யாசான்
சிறுபஞ்ச மூலம் செய் தான்-"

- பாடல் 98

தோள் வலிமையுடைய மாக்காயன் என்பவர் மாணாக்கராகிய பஞ்சத்தைத் தீர்க்கின்ற மழை போலும், ஈகை குணமுடைய சிறந்த காரியாசான் இப்பேருலகத்தில் மக்களின் அறியாமை நீங்க அறிவு நூல்களை அவர் களுடைய குற்றம் தீரும்படி சிறுபஞ்ச மூலம் என்னும் இந்நூலை இயற்றினார்.

16

முதுமொழிக் காஞ்சி

ஆசிரியர் : மதுரைக் கூடலூர் கிழார்

முன்னுரை

முதுமொழிக் காஞ்சி பதினெண் கீழ்க்கணக்கு நூல்களுள் ஒன்று. காஞ்சித் திணையின் துறைகளுள் முதுமொழிக் காஞ்சி ஒன்று. இதன் பொருள் யாதெனில் அறிவுடையோர் குற்றம் நீக்கி ஆராயும் உலகத்து இயலுள் முடிந்த பொருளாகிய அறம் பொருள் இன்பங்களை அறியச் சொல்லுதல்.

இத்துறைப் பெயரையே பெயராகக் கொண்ட இந்நூல் பத்து அதிகாரமுடையது. ஒவ்வோர் அதிகாரமும் பத்து செய்யுட் கொண்டது. ஒவ்வொரு செய்யுளும் ஒவ்வொரு முதுமொழியை உட்கொண்டிருப்பது. இம்முதுமொழிகள் தனித்தனி குறள் தாழிசையில் அமைந்துள்ளன. வகுத்துக் கொண்ட அதிகாரங்களுக்கு ஏற்ப அறம், பொருள், இன்பமாகிய மும்முதற் பொருளும் விரவி உரைக்கப் பட்டுள்ளன. இன்பத்துக்குரிய முதுமொழிகள் மிகச் சில. பெரும்பாலான பாடல்கள் குறளின் சுருக்கமாக உள்ளன.

இந்நூலாசிரியர் மதுரைக் கூடலூர் கிழார். இவருடையவான நூல் புலமையையும் நுண் கருத்தைப் புலப்படுத்தும் பண்பையும் இந்நூலில் நன்கறியலாம். இது மிகச்

சிறிய நூல். இந்நூலில் உள்ள பாடல்கள் பயன் தரும் முறையில் அமைந்துள்ளன.

1. சிறந்த பத்து

சிறந்ததென்று கூறப்படும் பத்துப் பொருள்களைத் தன்னிடத்தில் கொண்டிருப்பது.

குறிப்பு: ஒவ்வொரு பகுதியிலும் பத்துப் பாடல்கள் உள்ளன. இங்கு ஒவ்வொன்றுதான் எடுத்துக் கொள்ளப் படுகிறது.

1. "ஆர்கலி உலகத்து மக்கட் கெல்லாம்
ஓதலிற் சிறந்தன்று ஒழுக்கம் உடைமை."

(இதன் பொருள்) கடல் சூழ்ந்த உலகத்து மக்கட் கெல்லாம் ஓதலிலும் மிக்க சிறப்புடையது ஒழுக்க முடைமை. ஒழுக்கம் விலக்கியன ஒழித்து விதித்தன செய்தல்.

2. அறிவுப் பத்து

முதல் அதிகாரத்திற் கூறிய சிறந்தனவற்றை இன்ன வகையால் அறியக் கூறுகின்றார்.

11. "ஆர்கலி உலகத்து மக்கட் கெல்லாம்
போரில் பிறந்தமை ஈரத்தின் அறிப."

கடல் சூழ்ந்த உலகத்து மக்கள் எல்லாருள்ளும் ஒரு வன் உயர்குடியிற் பிறந்தமையை அவனுக்குள்ள அருள் தன்மையால் அறிஞர் அறிந்து கொள்வர்.

3. பழியாப் பத்து

இது பழியாமை பற்றிக் கூறும் பகுதியாகும்.

21. "ஆர்கலி உலகத்து மக்கட் கெல்லாம்
 யாப்பி லோரை இயல்குணம் பழியார்."

கடல் சூழ்ந்த இவ்வுலகத்திலுள்ள மக்கள் எல்லாருள்ளும் யாதொன்றிலும் உறுதியில்லாதவர்களின் இயல்பாகிய தன்மையை அறிஞர் பழித்து உரையார்.

4. துவ்வாப் பத்து

அனுபவிக்காததைப் பற்றிக் கூறும் பத்து முதுமொழிகளையுடையது. துவ்வா - நீங்கி ஒழியாத.

31. "ஆர்கலி யுலகத்து மக்கட் கெல்லாம்
 பழியோர் செல்வம் வறுமையில் துவ்வாது."

கடல் சூழ்ந்த இவ்வுலகத்திலுள்ள மக்கள் எல்லாருள்ளும் பழியுடையோர் செல்வம் இருந்தும் இல்லாமையேயாகும். (பழியுடையோரிடம் செல்வம் இருந்தும் அனுபவிக்கமாட்டார் என்பதாம்.)

5. அல்ல பத்து

அல்லாதனவாகிய பத்து முதுமொழிகளையுடைய பகுதி.

41. "ஆர்கலி உலகத்து மக்கட் கெல்லாம்
 நீரறிந்து ஒழுகாதாள் தாரம் அல்லள்"

கடல் சூழ்ந்த இவ்வுலகத்திலுள்ள மக்கள் எல்லோருக்கும் கணவன் இயல்பை அறிந்து நடவாதவள் மனைவியாகாள்.

6. இல்லைப் பத்து

இல்லை (இன்மை) கூறும் பத்து முதுமொழிகளை யுடைய பகுதி.

51. "ஆர்கலி உலகத்து மக்கட் கெல்லாம்
மக்கட் பேற்றின் பெறும்பேறு இல்லை"

கடல் சூழ்ந்த இவ்வுலகத்திலுள்ள மக்கள் எல்லார்க் கும் மக்கட் பேற்றை விட அடையத் தக்க பேறு வேறில்லை.

7. பொய்ப் பத்து

பொய்மை கூறும் பத்து முதுமொழிகளையுடையது.

61. "ஆர்கலி உலகத்து மக்கட் கெல்லாம்
பேரறிவி னோன்இனிது வாழா மைபொய்."

கடல் சூழ்ந்த இவ்வுலகத்தில் மக்கள் எல்லோர்ளும் பேரறிவு உடையவன் இன்பமாய் வாழான் என்பது பொய்யாகும்.

8. எளிய பத்து

எளிமை கூறும் பத்து முதுமொழிகளைக் கொண்டது இப்பகுதி.

71. "ஆர்கலி உலகத்து மக்கட் கெல்லாம்
புகழ்வெய் யோர்க்குப் புத்தேள்நாடு எளிது."

கடல் சூழ்ந்த இவ்வுலகத்திலுள்ள மக்கள் எல்லாருள் ளும் புகழப்படும் அறச் செயல்களைச் செய்ய விரும்பி னார்க்குத் தேவர்கள் வாழும் விண்ணாடு கிடைத்தல் எளிதாம்.

9. நல் கூர்ந்த பத்து

வறுமையடைதல் பற்றிக் கூறும் பத்து முதுமொழி களையுடைய பகுதி.

81. "ஆர்கலி உலகத்து மக்கட் கெல்லாம்
முறையில் அரசன்நாடு நல்கூர்ந் தன்று"

கடல் சூழ்ந்த இவ்வுலகத்திலுள்ள மக்கள் எல்லார்க் கும் முறைமையில்லாத அரசனது நாடு வறுமையுறும்.

10. தண்டாப் பத்து

தவிராமை குறித்த பத்து முதுமொழிகளை உடைய பகுதி.

91. "ஆர்கலி உலகத்து மக்கட் கெல்லாம்
ஓங்கல் வேண்டுவோன் உயர்மொழி தண்டான்"

கடல் சூழ்ந்த இவ்வுலகத்தில் மக்கள் எல்லோர் உள்ளும் தான் உயர்வடைதலை விரும்புவோன் பிறரை உயர்த்திச் சொல்லும் மொழிகளைத் தவிரான். (பிறர்பால் காணப்படும் சிறந்த இயல்புகளையே எடுத்துப் பேசப் பழகுதல் வேண்டும்.)

17

ஏலாதி

ஆசிரியர் : கணிமேதையார்

முன்னுரை

கடைச்சங்க காலத்து நீதி நூல்களில் ஏலாதி ஒன்று. இந்நூல் தமிழருக்கு அருமருந்து போன்றதாகும். நூலின் பெயரே மருந்தைத்தான் குறிக்கிறது. இம்மாமருந்து உள் ளத்துக்கு வலிமையும் தெம்பும் தரவல்லது.

பதினெண் கீழ்க்கணக்கு நூல்கள் பெரும்பாலும் வெண்பாக்களால் ஆனவை. அறம், பொருள், இன்பங்களைப் பற்றிக் கூறுவன. சிறப்புப் பாயிரம் தற் சிறப்புப் பாயிரம் உள்பட எண்பத்திரண்டு வெண்பாக் களைக் கொண்டுள்ளது இந்நூல். இதன் ஆசிரியர் கணி மேதையார். சமண சமயத்தவர்.

ஏலம், இலவங்கம், சிறுநாவற்பூ, மிளகு, திப்பிலி, சுக்கு, ஆகிய ஆறு மருந்து சரக்குகளின் பொடிக்கு 'ஏலாதி' என்று பெயர்.

நான்கு வரிகளில் ஆறு கருத்துக்கசை சுவையாகப் புகுத்துவது எளிதன்று. எனினும் கணி மேதையார் இச்செயலைச் சுவை குன்றாமல் செய்துள்ளார். உடற் பயிற்சி, விருந்தோம்பல், மக்கட் பேறு, தூது, இரக்க

குணம், தமிழ்ப் பண்பு, ஒழுக்க நெறிகள் இவைகளை வலியிறுத்திக் கூறியுள்ளார்.

சமண சமயத்துக்குரிய சிறந்த நீதிகளாகிய கொலை, களவு, பொய், காமம், கள் என்னும் இவைகளைப் போக்குதலாகிய பஞ்ச சீலங்களைத் தன் அகத்தே கொண்டது இந்நூல்.

சிறப்புப் பாயிரம்

"இல்லறநூல் ஏற்ற துறவறநூல் ஏறங்கால்
சொல்லறநூல் சோர்வின்றித் தொகுத்துரைத்து - நல்ல
அணிமேதை யாய்நல்ல வீட்டு நெறியும்
கணிமேதை செய்தான் கலந்து."

(இதன் பொருள்) சிறந்த அழகிய அறிவை உடைய வளே! கணிமேதையென்னும் புலவர் இல்லறத்தையும் ஏற்ற துறவறத்தையும் ஏற்ற இடத்தில் வீடு அடைவதற்குரிய ஞான வழியையும் உடன்கூட்டி மேலான 'ஏலாதி' என்னும் இந்த நூலை இயற்றி அருளினார்.

கடவுள் வணக்கம்

"அறுநால்வ ராய்புகழ்ச் சேவடி யாற்றப்
பெறு நால்வர் பேணி வழங்கிப் - பெறுநால்
மறைபுரிந்து வாழுமேல் மண்ணொழிந்து விண்ணோர்க்கு
இறைபுரிந்து வாழ்தல் இயல்பு."

மந்திரி முதலிய இருபத்து நால்வரும் திருவடித் தொண்டு செய்யப் பெறும் நான்கு பேரும் போற்றி வழங்குதலால் பெறப்படும் நான்மறைகளை ஓம்பி ஒழுகு வானாயின் பூமியினின்று நீங்கித் தேவர்க்குத் தலைமை பூண்டு இன்பத்துடன் வாழ்தல் உண்மையாகும். நால்வர், தென்புலத்தார், தெய்வம், விருந்து, ஒக்கல் என்பவர்.

1. "சென்ற புகழ் செல்வம் மீக்கூற்றம் சேவகம்
 நின்ற நிலைகல்வி வள்ளன்மை - என்றும்
 வழிவந்தார் பூங்கோதாய் ஆறும் மறையின்
 வழிவந்தார் கண்ணே வனப்பு."

பூங்கோதாய்! திசையெங்கும் பரந்த புகழ், செல்வம், மேன்மையாக மதிக்கப்படும் சொல், ஆண்மையில் அசையாத நிலை, கல்வி, ஈகைத் தன்மை ஆகிய இந்த ஆறு இயல்புகளும் உயர் குடியில் பிறந்தார் திருநான் மறை நெறியில் ஒழுகுவோரது அழகாகும்.

11 "அவாஅறுக்கல் உற்றான் தளரான்அவ் ஐந்தின்
 அவா அறுப்பின் ஆற்ற அமையும் - அவா அறான்
 ஆகும் அவனாயின் ஐங்களிற்றின் ஆட்டுண்டு
 போகும் புழையுள் புகுந்து."

அவாவினை அடக்க உறுதி தளராமல் ஐம்பொறிகளின் வழிச் செல்லும் அவாவினை அறுப்பானாயின் அவன் கருத்து மிகவும் நிரம்பும். அவ்வாறின்றி அவன் ஐம்பொறி அவாவழி செல்வோன் அந்த ஐம்பொறிகளாகிய யானைகளால் அலைப்புண்டு அவற்றின் புழையாகிய புலமென்னும் வாயிலில் சென்று துன்புறுவான். ஐம்புலன்களாவன; சுவை, ஒளி, ஊறு, ஓசை, நாற்றம் என்பனவாம். அவா அறுத்தலாவது ஐம்பொறி அடக்கமாம்.

21 "இளமை கழியும் பிணிமூப்பு இயையும்
 வளமை வலிஇவை வாடும் - உளநாளால்
 பாடே புரியாது பால்போலும் சொல்லினாய்
 வீடே புரிதல் விதி."

பால் போலும் சொல்லினாய்! இளமைப் பருவம் கழிந்து போகும். பிணியும், மூப்பும் வந்தடையும். செல்வ

மும், உடம்பின் வலிமையும் ஆகிய இவை குன்றும். எஞ்சியிருக்கும் வாழ்நாளில் இந்த ஐந்தாலும் வரும் துன்பத்தையே நுகர விரும்பாமல் வீடு பேற்றிற்கான தவ ஒழுக்கங்களை விரும்புதல் முறைமையாகும்.

33 "பொய்யுரையான், வையான், புறங்கூறான் யாவரையும்
மெய்யுரையான் உள்ளனவும் விட்டுரையான் -
எய்யுரையான்
கூந்தல் மயிலன்னாய்! குழீஇயலான் விண்ணோர்க்கு
வேந்தனாம் இவ்வுலகம் விட்டு-"

கூந்தல் மயில் அன்னாய்! பொய் சொல்லான். எவரையும் இகழான். ஒருவரையும் புறங்கூறான். பிறர் துன்பம் களைய நடந்ததைச் சொல்வான். தன்னிடம் உள்ள பொருளையும் வெளிப்படுத்தான். வறுமைத் துன்பத்தைச் சொல்லான். இத்தகையவன் இவ்வுலகை விட்டு நீங்கித் தேவர்களுக்குத் தலைவனாவான்.

42 "கொல்லான் உடன்படான் கொல்லார் இனஞ்சேரான்
புல்லான் பிறர்பால் புலான் மயங்கல் - செல்லான்
குடிப்படுத்துக் கூழ்ஈந்தான் கொல்யானை ஏறி
அடிப்படுப்பான் மண்ஆண்டு அரசு."

ஓர் உயிரைக் கொல்லாமலும், பிறர் கொல்வதற்கு உடன்படாமலும் கொல்லுவார் இனத்தைச் சேராமலும், பிறர் மனையாளை விரும்பாமலும் ஊன் உண்ணாமலும் பிறருடைய குடிகளை நிறுத்திக் கூழை ஈந்தவன், கொல் யானை ஏறி அரசாள்வான்.

53 "கடம் பட்டார் காப்பில்லார் கைத்தில்லார் தங்கால்
முடம்பட்டார் மூத்தார் மூப்பில்லார்க்கு - உடம்பட்டு
உடையராய் இல்லுள் ஊண் ஈத்துண்பார் மண்மேல்
படையராய் வாழ்வார் பயின்று."

கடன்பட்டவர்களுக்கும், ஆதரவு அற்றவர்களுக்கும், பொருள் இல்லாதவர்களுக்கும், தம் கால் முடம் பட்டவர்களுக்கும், முதிர்ந்தவருக்கும், பெற்றோர் இல்லாதவர்களுக்கும் தம் வீட்டில் அன்புடன் உணவும் கொடுத்து உண்பவர் இவ்வுலகில் மன்னர்களாய் இன்புற்று வாழ்வார்கள்.

> 63 "ஊணொடு கூறை எழுத்தாணி புத்தகம்
> பேணொடு எழுத்தும் எழுத்திலை மாணொடு
> கேட்டெழுதி ஓதிவாழ் லார்க்குஈந்தார் இம்மையான்
> வேட்டெழுத வாழ்வார் விரிந்து."

ஊணும், ஆடையும், எழுத்தாணியும், சுவடியும் என்ற நான்கையும் விருப்பத்துடன் எண்ணும், எழுத்தும் என்னும் அவற்றையும் மாணாக்கர் கேட்டெழுதி ஓதி வாழ்வார்க்கு முற்பிறப்பின் கண் கொடுத்தார் இப்பிறப்பின்கண் மன்னராய் வாழ்கின்றார்.

> 73 "மனைவாழ்க்கை மாதவம் என்றிரண்டும் மாண்ட
> வினை வாழ்க்கையாக விழைப - மனை வாழ்க்கை
> பற்றுதல் இன்றி விடுதல்முன் சொல்லுமேல்
> பற்றுதல் பாத்தில் தவம்."

இல்லற வாழ்க்கையும், சிறந்த தவ ஒழுக்கமும் என்று கூறப்படும் இரண்டையும் சிறந்தனவாகவே அறிஞர் ஏற்பர். மனை வாழ்க்கையென்பது கடமையாற்றல். தவ ஒழுக்கமாவது பற்றறுத்து வீடு பேற்றில் பற்று வைத்து ஒழுகலுமாம்.

18 - அ
இன்னிலை

ஆசிரியர் : பொய்கையார்

முன்னுரை

பதினெண் கீழ்க்கணக்கு நூல்களுள் இன்னிலை ஒன்று. இதன் ஆசிரியர் பொய்கையார். பாரதம் பாடிய பெருந்தேவனார் இந்நூலுக்கு வாழ்த்துச் செய்யுள் இயற்றியிருக்கிறார். அறப்பால், பொருட்பால், இன்பப் பால், வீட்டுப் பால் என்று நான்கு பகுதிகளைக் கொண்டது இந்நூல். இந்நூலில் மொத்தம் நாற்பத்தைந்து செய்யுட்களே உள்ளன. நவில் தொறும் நூல் நயம் பயக்கும் என்று சொல்வது இந்நூலுக்குப் பெரிதும் பொருந்தும். நம் தமிழ் தொல்லாசிரியர்கள் பலர் இந்நூலை எடுத்து ஆண்டுள்ளனர்.

இன்னிலை என்பது இனிமையாகிய நிலை என்று பொருள்படும். இனிய நிலையைக் கொடுப்பதால் இந் நூலுக்கு இன்னிலை என்று பெயராயிற்று.

இன்பப் பாலில் புணர்ச்சியின்பச் சிறப்பை வியக்கும் வண்ணம் ஆசிரியர் குறிப்பிடுகிறார். உலகமே மன்மத னின் நிலைபெற்ற ஆட்சியில் மாட்சிமை பட்டிருக்கிறது. மணப் பெண்ணை, பந்தலில் பெரியோர்க்கு முன்பு

அமரும்படி மக்கள் செய்கிறார்கள். இச்செயல் உலகம் காதலால் மனம் செழிப்பதைக் காட்டுகிறது. இதனால் ஒவ்வொரு ஆடவரும் ஒவ்வொரு பெண்ணை மணக்கின்றனர்.

பெண்களின் அழகை வருணிக்கும் பகுதி மிக அருமையாய் அமைந்திருக்கிறது. வளைகளை அணிந்த மகளிர் ஆடவருக்குத் துணையாவர். பெண்ணின் இனிய துணையைக் கொள்ளாமல் வாழ்பவர் இவ்வுலகில் தனிமையுற்றுத் தளர்வர்.

தூய காதலர் நுகரும் இன்பமும், கடவுளுடைய பெரிய உருவமேயாகும். இது வெறுக்கத்தக்கதன்று. இவ்வுலகத்தில் இன்பத்தின் தன்மையை அறியாதார் காதல் நன்றென்று கூறுவர். இக்காதல் இன்பமும், உலகத்தை ஆக்கியும், காத்தும், அழித்தும் வரும் கந்தழியின் பெரிய உருவமே.

கடவுள் வாழ்த்து

"வேலன் தரீஇய விரிசடைப் பெம்மான்
வாலிழை பாகத்து அமரிய கொழுவேல்
கூற்றும் கழந்தெறி கொன்றையன்
கூட்டா உலகம் கெழீஇய மெலிந்தே."

- பாரதம் பாடிய பெருந்தேவனார்

முருகனைப் பயந்த விரிந்த சடையையுடைய பெருமானும் மழு ஆயுதத்தை உடைய இயமனைச் சினந்து கொன்ற, கொன்றை மாலை புனைந்தவருமாகிய சிவ பெருமான் இடப்பாகத்தில் உமை அமர்ந்திருப்ப அதனால் துணையாக எல்லா உலகங்களும் பெருகி விளங்கின.

1. அறப்பால்

அறத்தைப் பற்றிக் கூறும் பகுதியெனப் பொருள் படும். உறுதிப் பொருளாகிய அறம், பொருள், இன்பம், வீடு என்ற நான்கின் முதல் நிற்பது அறம் ஆதலின் அறப்பால் முதலில் வைக்கப்பட்டது.

வெண்பா

1. "அன்றமரில் சொற்ற அறவுரைவீழ் தீக்கழுது
மன்றுயர்ந்து போந்த வகைதேர்மின் பொன்றா
அறமறிந்தோன் கண்ட அறம்பொருள்கேட்டு அல்லன்
மறமொறுக்க வாய்த்த வழக்கு."

முற்காலத்தில் நிகழ்ந்த பாரதப் போரில் கண்ணன் அர்ச்சுனனுக்குக் கூறிய கீதையாகிய அறவுரையை விரும்பிக் கேட்ட கொடிய பேய் ஒன்று அறிவு பெற்று சான்றோர் அவையைப் போய்ச் சேர்ந்தது. அவ்வகையை ஆராய்வீர். அறியாத அறங்களை உணர்ந்தவன் அறிந்து சொல்லும் அறநூலையும், பொருள் நூலையும் கேட்டு, துன்பங்கள் உண்டாக்கும் பாவங்களை நீக்குக. இதுவே அனைவர்க்கும் பொருந்திய நன்னெறியாகும்.

பொருட்பால்

இது பொருளைப் பற்றிக் கூறும் பிரிவு. அறத்தையும், இன்பத்தையும் பொருள் தருதலின் நடுவாகப் பொருட் பால் வைக்கப்பட்டது.

16. "முப்பொருள் உண்மை தெளிவான் அருஞ்சீலன்
முப்பொருள் உண்மை உடையான் அருமுனிவன்
முப்பொருள் உண்மை மடுப்பான் இறை ஆங்கு
முப்பொருள் உண்மைக்கு இறை."

அறம், பொருள், இன்பம் என்ற மூன்று பொருள் களின் இயல்புணர்ந்து தெளிந்தவன் நல் ஒழுக்கம் உள்ளவன். அவற்றை அறிந்தவன் முனிவன். அவற்றை மனிதர்க்குக் காட்டிப் பெருக்குவோன் அரசன். பரம் பொருளுக்கு அவை இருப்பிடமாம்.

இன்பப் பால்

இன்பத்தின் பகுதியைக் கூறுவது இது. ஐம்புல நுகர்ச் சியில் சிறந்த இன்பமாவது மங்கையர் காம இன்பமே. ஆதலின் அதனைக் கூறும் பகுதியாகும். மூன்றாவதாக இன்பப் பால் வைக்கப்பட்டுள்ளது.

27. "காமம் வீழ் இன்பக் கடலாமே காதலரின்
ஏம இருக்கையே தூந்திரையாம் ஏமத்து ஈண்டு
ஆம்பரலே தோன்றும் அளியூடல் ஆம்பரலில்
தெற்றித் தெறிப்பாம் ஒளிஒளியாய்க் கண்ணே சீர்த்து
உற்றுகப்பாய்ப் பெற்ற மகவு.

இது பஃறொடை வெண்பா. காமம் இன்பக் கடலா கும். காதலர் கூடிய இன்பத்தின் இருக்கையே அலை யாகும். இன்பத்திலிருந்து உண்டாகும் அன்பே முத்தாகும். அதன் ஒளியே ஊடலாம். அவ் ஒளி பாய்கின்ற இடமே சிறந்து மகிழ்வுடன் பெற்ற மக்கள்.

வீட்டுப் பால்

இல்லியல்

32. "ஒத்த உரிமையளா ஊடற்கு இனியளாக்
குற்றம் ஒரூஉம் குணத்தளாக் கற்றறிஞர்ப்
பேணும் தகையாளக் கொண்கன் குறிப்பறிந்து
நாணும் தகையளாம் பெண்."

ஒத்த உரிமையும், ஊடல் இனிமையும் குற்றம் நீங்கிய குணமும் கற்றவரைப் பேணும் கருத்தும் கணவன் குறிப்பறிந்து நாணும் பண்பும் உடையவளே இல்லறத்திற்குத் தக்க பெண்ணாவாள்.

2. துறவியல்

45 "ஒன்றுண்டே மற்றுடலிற் பற்றி வினையிறுக்கும்
பொன்றா உணர்வால் விலங்கொறுக்க பைம்மறியாத்
தன்பால் பெயர்க்குந்து பற்றுதலைப் பட்டோர்
நன்பால் அறிந்தார் துறந்தார் வரல்உயர்ந்தார்
புல்பாலாற் சுற்றப் படார்."

உடம்பில் உயிர்நின்று வினை செய்யச் செய்ய மென்மேலும் பிறப்பு வளரும் என்பதையும் இழிவையும் அறிந்தவர் துறவிகளாவர். அவர்கள் பிறவாது முத்தியை அடைவர். ஒறுத்தல் - தண்டித்து அடக்குதல். பையின் உட்புறம் பார்த்தல் என்பது உடம்பின் இழிவு தோன்றும் என்பதாம்.

18 - ஆ
கைந்நிலை

ஆசிரியர் : புல்லங்காடனார்

முன்னுரை

பதினெண்கீழ்க்கணக்கு நூல்களுள் கைந்நிலையும் சேர்க்கப்பட்டிருக்கிறது. இது அகப் பொருள் பற்றியது.

'கை' என்பதற்கு ஒழுக்கம் என்பது பொருள். 60 பாடல்களை உடைய இந்நூலில் சிதைந்தன போக முழு உருவில் உள்ளவை 22 பாடல்களே.

குறிஞ்சி

1 "நுகர்தல் இவரும் கிளிகடி ஏனல்
நிகரில் மடமான் நெறியும் அம சாரல்
கானக நாடன் கலந்தான் இலன்என்று
மேனி சிதையும் பசந்து."

வரைவு நீட்டித்த வழி ஆற்றாளாய தலைவி தோழிக்குக் கூறுதல்.

தினைக் கதிர்களைத் தின்பதற்காக அத்தாளின் மேல் வந்து அமரும் கிளிகளை ஓட்டும் தினைப்புனத்தில் தனக்கு நிகரற்ற மான்கள் சிலிர்த்து நிற்கும்படியான மலைச் சாரலில் கானக நாட்டுத் தலைவன் என்னைச் சேர்ந்தான். அத்தகையவன் இன்று இங்கு இல்லாதவனாகி என்னை

விட்டுப் பிரிந்து சென்றான் என்பதை அறிந்து என் உடல் பசலை நிறம் கெண்டு அழகு இழந்தது.

2. பாலை

13 "கடுகி அதர்அலைக்கும் கல்சூழ் பதுக்கை
விடுவில் எயினர்தம் வினைஓர்த்து ஓடும்
நெடுவிடை அத்தம் செலவுஉரைப்பக் கேட்டே
வடுவிடை மெல்கின கண்."

வரைவிடை வைத்துப் பொருள் வயின் பிரிதலை அறிந்த தோழி தலைவனுக்குத் தலைவியின் பிரிவாற்றா மையைக் கூறுதல்.

"விரைந்து வந்து வழியில் பொருளைப் பறிக்கின்ற ஆறலைக் கள்வர்கள் வாழும் பருக்கைக் கற்கள் நிறைந்த கற்பாறைகளின் நடுவில் இருந்து அம்பினை விடுகின்ற வல்வினையுடைய வேடர்களின் சீழ்க்கை ஒலியைக் கேட்டு நெடிய காட்டு எருதுகள் அஞ்சி ஓடும். இத்தகைய இயல்புடைய பாலை நில வழியில் செல்கின்றாய் என்று கேட்டவுடன் தலைவியின் மாவடுவைப் பிளந்தாற் போன்ற இரு கண்களிலிருந்தும் கண்ணீர் மெதுவாக வழிந்தது'' என்று தோழி தலைவியின் பிரிவாற்றா மையைத் தலைவனுக்கு உணர்த்தினாள்.

3. முல்லை

25 "கார்செய் புறவில் கவினிக் கொடிமுல்லை
கூர்எயிறு ஈனக் குருத்தரும்ப - ஒரும்
வருவர்நம் காதலர் வாள்தடங் கண்ணாய்
பருவரல் பைதல்நோய் கொண்டு."

பிரிவாற்றாமையால் வருந்திய தலைவிக்குக் கார்ப்

பருவம் காட்டி வருவார் எனத் தோழி வற்புறுத்தியது.

"ஒளியையுடைய அகன்ற கண்களை உடையவளே! மழை பெய்யும் முல்லை நிலங்களில் முல்லைக் கொடியானது அழகுடன் செழித்துக் கூர்மையான பற்கள் போன்று அரும்புகளைக் காட்டியது. குருந்த மரங்களும் அரும்பினைத் தோற்றுவித்தன. எனவே நம் காதலர் வருவர். ஆதலின் பசலை நோய் பெற்று வருந்தற்க." என்று தோழி தலைவியிடம் கூறினாள்.

4. மருதம்

37 "கழனி உழவர் கலிஅஞ்சி ஓடி
தழ்என மதஎருமை தண்கயம் பாயும்
பழன வயலூரன்பாண எம்முன்னர்ப்
பொழ்எனப் பொய்கூறார் தோழி."

பரத்தையில் பிரிந்த தலைவன் பாணனை வாயிலாக அனுப்பத் தலைவி பாணனை நோக்கிக் கூறியது (பாணற்குத் தலைமகள் வாயில் மறுத்தது.)

"வயலில் உழுகின்ற உழவர்கள், செய்யும் ஆரவாரத்துக்கு அஞ்சி ஓடி 'தழ்' என ஒலியை எழுப்பிச் செருக்குக் கொண்ட எருமைகள் குளிர்ந்த குளத்தில் வீழும். இத்தகைய இயல்புடைய மருத நிலங்களையும் வயல்களையும் உடைய எம் தலைவன் அனுப்பிய பாணனே, எம்முன்பு நீ, 'பொழ்' என்ற ஒலியுடன் பொய் சொல்வதை நீக்குவாயாக" எனத் தலைவி பாணனிடம் கூறினாள்.

5. நெய்தல்

49 "நாவாய் வழங்கு நளிதிரைத் தண்கடலுள்
ஓவா கலந்தார்க்கும் ஒல்லென் இறாக்குப்பைப்
பாவாரம் சேர்ப்பற்கு உரைப்பாய் பிரியாது
நோயால் நுணுகியவாறு."

''மரக்கலங்கள் செல்லும் செறிந்த அலைகளையுடைய குளிர்ந்த கடலுள் நீங்காமல் நிறைந்து ஒல்லென்று ஒலிக்கும் இறா மீன்களின் குவியல் பரந்த கடற்கரையைக் கொண்ட எம் நெய்தல் நிலத் தலைவனுக்குப் பிரிவாகிய நோயினால் பொறுக்க முடியாது நான் உடல் மெலிந்த தன்மையை நீ கூறுவாய்'' என்று தலைவி தோழியிடம் கூறினாள்.

இதன் மூலம் தன்னை வரைந்து பிரிவு நோயைத் தீர்க்க வேண்டும் என்பது தலைவியின் எண்ணம்.

☐ ☐ ☐

நூல்கள் வழங்கிய சிந்தனை...

- எங்கே தங்க விரும்புகிறீர்கள் என்று லண்டன் தோழர்கள் கேட்டபோது எந்த விடுதி நூலகத்திற்கு அருகில் உள்ளது எனக் கேட்டாராம் **டாக்டர் அம்பேத்கர்**.

- **பகத்சிங்** தான் தூக்கிலிடப்படுவதற்கு ஒரு நிமிடம் முன்பு வரை வாசித்துக்கொண்டே இருந்தாராம்.

- **சார்லி சாப்ளின்** ஒவ்வொரு படமும் நடிக்க ஒப்புக் கொள்ளும் போது, வரும் முன் பணத்தில் முதல் நூறு டாலருக்குப் புத்தகங்கள் வாங்குவாராம்.

- ஒரு புத்தகத்தை திறக்கும்போது உலகினை நோக்கிய ஒரு சன்னலைத் திறக்கிறோம். – **சிங்காரவேலர்**

- புத்தகங்கள் மிகவும் ஆபத்தானவை. அவற்றின் மேல் 'கவனம், இது உங்கள் வாழ்வை மாற்றிவிடக்கூடும்' என எச்சரிக்கை வாசகம் பொறிப்பது நல்லது.

  – **எலன் எக்ஸ்லே**

- உங்களது தலைசிறந்த புத்தகங்களைத் திருடிச் செல்பவர்கள், உங்களது தலைசிறந்த நண்பர்களாகவே இருக்க முடியும். – **வால்டேர்**

- ஒரு கோடி ரூபாய் கிடைத்தால் என்ன செய்வீர்கள் என்று கேட்டபோது ஒரு நூலகம் கட்டுவேன் என்று பதிலளித்தாராம் **மகாத்மா காந்தி**.

- தனிமைத் தீவில் தள்ளப்பட்டால் என்ன செய்வீர்கள்? என்று கேட்டபோது "புத்தகங்களுடன் மகிழ்ச்சியாக வாழ்ந்து விட்டு வருவேன்" என்று பதிலளித்தார் **நேரு**.